புழுதியில் பூத்த மலர்கள்

மீனை பாரதி

கவிதைத் தொகுப்பு

notionpress.com

INDIA · SINGAPORE · MALAYSIA

ISBN
Paperback 979-8-90451-933-9
Hardcase 979-8-90510-277-6

மீனை பாரதி - வாழ்க்கை விவரம்

பெயர்	:	**மீனை பாரதி**
தகப்பனார் பெயர்	:	**செல்லையா**
ஊர்	:	**இராஜபாளையம்**
		அருகே மீனாட்சிபுரம் கிராமம்
பிறந்த நாள்	:	**21.04.1962**
படிப்பு	:	**B.Sc., Chemistry**

தொழில்:

- முன்னாள் இராணுவ வீரர் - 17 ஆண்டுகள் 6 மாதங்கள் பணி
- ஓய்வுக்கு பிறகு தமிழ்நாடு அரசின் உள்ளாட்சி நிதித் தணிக்கைத்துறை துறையில் சேர்ந்த ஆடிவாளர் பதவி வரை பணி
- ஓய்வு தேதி : 30.04.2020

தமிழ் ஆர்வம் மற்றும் பங்களிப்பு:

- தமிழ்மொழி மற்றும் தமிழ் இலக்கிய மீது அதிக பற்றும். பண்பாட்டம் பெருமையும் கொண்டவர்.
- ஓய்வு பெற்ற பிறகும் தமிழ் இலக்கிய நூல்கள் வாசிப்பில் ஆர்வம் காட்டி வருகின்றார்.
- தம்முடைய அனுபவங்களையும் எண்ணங்களையும் கவிதைகளாக தமிழில் பதிவு செய்து வருகின்றார்.
- சமூக, இயற்கை மற்றும் பாட்டு பாணி கொண்ட கவிதைகளை எழுதுவதில் தனிச்சிறப்பும் உண்டு.

ABDUL KALAM VISION INDIA MOVEMENT

A National movement for realizing the Vision of Dr. A.P.J. Abdul Kalam

முன்னுரை

திரு மீனை பாரதி செல்லையா அவர்கள் ராஜபாளையம் அருகே மீனாட்சிபுரம் கிராமத்தில் 1962ல் பிறந்தவர். இவர் B.Sc (Chemistry) படித்தவர், முன்னாள் ராணுவ வீரர், ஓய்விற்கு பிறகு தமிழ்நாடு அரசின் உள்ளாட்சி நிதி தணிக்கை துறையில் சேர்ந்து ஆய்வாளர் பதவியில் இருந்து 2020 இல் ஓய்வு பெற்றார். இவருக்கு தமிழ்மொழி மற்றும் இலக்கியத்தின் மீது ஆழ்ந்த ஆர்வம் கொண்டவர். ஓய்வு பெற்ற பிறகும் தமிழ் இலக்கிய நூல்கள் வாசிப்பில் ஆர்வம் காட்டி வருகிறார். அது மட்டுமல்லாமல் அவருடைய அனுபவங்களையும், எண்ணங்களையும் கவிதைகளாக தமிழ் மொழியில் எழுதி வருகிறார். சமூகத்தை பற்றியும், இயற்கையை பற்றியும் பாட்டு பாணி கொண்ட கவிதைகள் எழுதுவது இவரது தனி சிறப்பு.

இவர் எழுதிய "**புழுதியில் பூத்த மலர்கள்**" தொகுப்பில் பல்வேறு கவிதைகளை பல்வேறு சமூக மற்றும் வாழ்வியல் சார்ந்த கருத்துக்களை, இயற்கை சார்ந்த கருத்துக்களை அற்புதமாக வடிவமைத்து இருக்கிறார்.

"**உன்னை அறிந்தால் உலகில் போராடலாம்**" என்ற கவிதையில், இவரது அரசிற்றம், தலைமைப்பண்பு, அற்புதமாக வெளிப்படுகிறது. எனக்கு பிடித்த வரிகள் சில:

வேள்வியில் விளைவதல்ல வெளிச்சம் தரும் சாதனை,
கேள்வி ஏன் என்று கேட்காவிட்டால் கிடைப்பது வேதனை
தாள் பணிந்தே கிடந்தால் தலைமைப்பண்பு வளராது
நாள் நட்சத்திரத்தை மட்டும் நம்பினால் நன்மை பயக்காது

சுழற்றி விடப்பட்ட பம்பரமாய் சுழல்வது அல்ல திறமை
கழற்றி விடப்பட்ட காளையாய் களம் காண்பதே வலிமை
பழமையில் மூழ்கி பரிதவித்து வீழ்வது அல்ல பெருமை
வளமை தாண்டி புதிய மாற்று வழி தேடுவதே அருமை

"**வானை வசப்படுத்துவதே வாழ்க்கை**" என்ற கவிதையில்:

எட்டாத இலக்கு என்று எதையும் ஒதுக்குவதல்ல வாழ்க்கை
எட்டி விடும் எண்ணத்தோடு செயல்படுவதே வாழ்க்கை
முட்டி மோதி முயன்றால் முடியாததல்ல வாழ்க்கை
மட்டமான சிந்தனையை மட்டு படுத்துவதே வாழ்க்கை

சிட்டுக் குருவியாய் சிறகடிப்பது மட்டுமல்ல வாழ்க்கை
எட்டா உயர பருந்தாகி வானை வசப்படுத்துவதே வாழ்க்கை
துட்டுக்கு மட்டும் வாயை திறப்பது அல்ல வாழ்க்கை
மொட்டான அன்பை புவி முழுதும் மலரச் செய்வதே வாழ்க்கை

"**வாழ்க்கை, வாழ்க்கை**" என்று முடிக்கும் சொல் வரும்படி அருமையான கவிதையை வாழ்க்கையின் தத்துவத்தை அற்புதமாக அழகாக எழுதியிருக்கிறார்.

காவிரி ஆற்றை பற்றிய கவிதை, காவிரி தோன்றுமிடம் தொடங்கி முடிவு வரை தமிழகத்தை வளம் பெறச் செய்வது எப்படி என்பதனை கவிதை நடனமாடும் மொழியில் அழகாக எழுதியிருக்கிறார்.

"பொய்க்கான பட்டங்கள்" என்ற கவிதையில் அவரது அறிவுத்திறன், சிந்தனை திறன், கற்பனை திறன் அற்புதமாக வெளிப்பட்டு இருக்கிறது.

ராஜதந்திரம், நுணுக்கம், தம்பட்டம், நவநாகரீகம், யுக்தி, திறமை, வீரம், முழக்கம், நல்லவன், குடிகாரன், குற்றவாளி, நிரபராதி, நல்லவாதம், கதாநாயகன், பாசம், நேசம், புலவன், தலைவன் வித்தகன், உத்தமன் போன்ற பெயர்ச்சொல்லின் உள்ளர்த்தம் என்ன என்பதனை அவர் விளக்கி விதம் மிகவும் அற்புதம்.

யாரைப் பார்த்து ரௌத்திரம் கொள்ளவேண்டும் என்று அவர் விளக்கும் விதம் மிகவும் அருமை அந்த கவிதைகளில் எனக்கு பிடித்த வரிகள்:

காற்றில் மாசு கலப்பவனை கண்டு ரௌத்திரம் கொள்
ஆற்றில் ஆலைக்கழிவை கலப்பவன் மேல் ரௌத்திரம் கொள்
சோற்றில் கலப்படம் செய்பவனை கண்டு ரௌத்திரம் கொள்
கூற்றில் வதந்தி பரப்பவனை கண்டு ரௌத்திரம் கொள்

"சிங்கப்பெண்களின் அணிவகுப்புச் சீற்றம்" என்ற தலைப்பில் அவர் பெண்மைக்கு தனது கவிதை வரிகளால் மேலும் சிறப்பு சேர்த்திருக்கிறார்.

காகிதம் சுமந்த கைகள் ஆயுதம் சுமந்து நடந்தன
மோகிதம் காட்டிய கண்கள் மிடுக்கு காட்டி பார்த்தன
வளையல் கரங்கள் வலிமையோடு வாளேந்தி வந்தன
களையான மென்முகங்கள் கம்பீரம் காட்டி நடந்தன

எட்டாக்கனியல்ல இலக்கு

விழுவது தோல்வியல்ல மீள எழாமல் கிடப்பதே தோல்வி
தொழும் தெய்வம் வெற்றி தேடி தரும் என்பது பிரமை
அழுது புலம்பி சாதிக்கலாம் என்பது மடமை
பொழுது யாருக்கும் காத்திருக்காது என்பதே உண்மை

"தொலைநோக்குப்பார்வை" என்ற கவிதையில் என்னும் எண்ணங்கள் எவ்வளவு உயர்வாக இருக்க வேண்டும் என்ற சிந்தையின் வரிகள் சிந்திக்க வைப்பவை.

மலை ஏறுபவன் பார்வை உச்சி நோக்கி இருத்தல் வேண்டும்
சிலை வடிப்பவன் சிந்தை சிற்பத்தில் இருக்க வேண்டும்
தொலைநோக்குப்பார்வை தான் புது உலகை தோற்றுவிக்கும்
நிலை எதுவாயினும் நினைத்ததை நிறைவேற்றலே நெஞ்சுரமாம்

ABDUL KALAM VISION INDIA MOVEMENT

A National movement for realizing the Vision of Dr. A.P.J. Abdul Kalam

இவரது கவிதை வரிகள் எல்லாம் பஞ்ச் டயலாக் தான். இந்த கவிதைகள் அனைத்தும் சினிமா பாடல்களாக பரிணமிக்கும் வாய்ப்பு பிரகாசமாக இருக்கிறது. எனவே சினிமா பாடலாசிரியர்கள் மட்டும் அல்ல அனைவருக்கும் ஆக்கமும், ஊக்கமும் கொடுக்கும் கவிதைகளை திரு மீனை பாரதி அற்புதமாக, கற்பனை திறனுடன், வார்த்தை ஜாலத்தால் வர்ணனைத்து, ஆழமான கருத்துகளை சுமந்து எழுதி இருக்கிறார்.

இவரது முயற்சி தொடர்ந்து, வெற்றி படைப்புகளை தமிழ்நாட்டிற்கு தரவேண்டும்.

எனது மனமார்ந்த நல்வாழ்த்துக்கள்.

Yours Sincerely

Dr. V. PONRAJ
Mentor, Abdul Kalam Vision India Movement
Former Advisor to Dr APJ Abdul Kalam
Former Director (Technology Interface), President's Secretariat
Former Scientist-G, ADA, Min. of Defence, Bangalore

பொருளடக்கம்

பக்தி மாலை **1**

குழந்தை கண்ணன் 2

அவதாரத்தில் பரிணாமம் 3

கோதை ஆண்டாள் 4

பார்த்தசாரதியும் பகவத்கீதையும் 5

மார்கழி 6

தமிழ்ப்பாமாலை **7**

மூத்தமொழி தமிழ்மாலை 8

தாய்மொழி 9

தமிழின் உயம் 10

தமிழணங்கு 13

வைகைத் தமிழ் 14

புதுக்கவிதை 15

தமிழினம் 16

பழந்தமிழனும் பட்டறிவும் 17

தமிழைக் காப்போம் 19

இயற்கை பாமாலை **20**

அந்தி 21

தென்றல் 22

மழை 23

பெருவெள்ளம் 24

அக்னி குஞ்சு 25

காற்று 26

பவள நிலா 27

நிலம் 28

பொருளடக்கம்

அந்தரத்து ஊஞ்சல்கள்	29
பறவைகள் பலவிதம்	30
நதிப்பெண்	32
வைகறை	33
காதல் காதல்	34
தென்றல்	35
கடல்	36
ஆடிக் காற்று	37
மரம்	38
மழை	39
வைகறை வணக்கம்	40
மோகித்த முகிலினங்கள்	41
என் காதலி	42
நடந்தாய் வாழி காவேரி	43
புள்ளும் குழலும்	44
மீனாட்சிபுர ஆலமரம்	45
அன்றைய வானிலை அறிக்கை	46
அந்தியின் ஆலாபனை	47
முல்லை நிலம்	48
வெண்ணிலவும் செந்நிலவும்	49
காதல் பூமாலை	**50**
கனவுக் கன்னி	51
மோகம் பார்லை	52
வாலைக்குமரி	53
அண்ணலும் அவளும் நோக்கினர்	54
கேசாதி பாத வர்ணனை	55

பொருளடக்கம்

காதலி 57

ஆடை கட்டிய நிலவு 58

கும்பமேளாவில் ஓர் குத்துவிளக்கு 59

திருவிழா தீப மாலை 60

தீபாவளி 61

புத்தாண்டு 62

புத்தாண்டு வாழ்த்துக்கள் 63

தமிழர் திருநாள் 64

குடியரசு நாள் 65

தமிழ் புத்தாண்டு 67

தேர்தல் திருவிழா 68

பகுத்தறிவு பாமாலை 69

தெய்வ நித்தனை அல்ல உன்னை தேடல் 70

நல்லவல் செய்த ஞாயங்கள் 72

ஆருடம் 74

சுடர்மிகு அறிவே விடை காணணும் 75

குற்றவாளிக் கூண்டில் கௌதமர் 76

விதியா சதியா 78

தேசபக்தி மாலை 79

வெற்றி நாள் 80

சிங்கப் பெண்களின் அணிவகுப்புச் சீற்றம் 81

சீருடைச் சேவகர்கள் 82

பகல்காமில் பயங்கரவாதம் 83

ஆபரேசன் செந்தூர் 84

தாய்மண்ணே வணக்கம் 85

பொருளடக்கம்

சுதந்திரம் காப்போம் 86

சுக்கா மிளகா சுதந்திரம் கிளியே 87

பெண் பூமாலை 88

மணப்பெண் 89

பெண் 90

சர்வதேச மகளிர் தினம் 91

விதவை 92

இல்ல நிலா 93

தலைவர்கள் புகழ்மாலை 94

முண்டாசு கவிஞர் பாரதி 95

அறிஞர் அண்ணா 96

மகாத்மா காந்தி 97

ஐயன் வள்ளுவனுக்கு ஆராதனை 98

மாவீரன் அழகு முத்துக்கோன் 99

கர்மவீரர் காமராஜர் 100

அக்னிச் சிறகுக்கு அஞ்சலி 101

வைகைக் கவியே வணக்கம் 102

கள்ளிக்காட்டு தங்கம் 104

கலிங்கப்பட்டி தந்த கட்டித் தங்கம் 106

பாவேந்தர் பிறந்த தினம் 107

காலத்தை வென்ற கண்ணதாசன் 108

ஊக்குவிக்கும் ஓங்குயர் மாலை 109

வானமும் இல்லை எல்லை 110

முடியாதது உளவோ 111

மாபெரும் சபையில் நீ நடந்தால் 112

இந்நாள் நன்னாளே 113

பொருளடக்கம்

எதிர் நீச்சல் 114

உன்னால் முடியும் 115

நீயே உனக்குத் துணை 116

தொலைநோக்கு பார்வை 117

எட்டாக் கனியல்ல இலக்கு 118

நல்லகாலம் பிறக்குது 119

வானை வசப்படுத்துவழே வாழ்க்கை 120

புதிய பாதை புதிய பயணம் 121

உன்னை அறிந்தால் உலகில் போராடலாம் 122

சமூக பார்வை 123

குழந்தை தொழிலாளியா? 124

நிகரில்லா தந்தை 125

மரியாதை 126

யார் நல்லவன் 127

துப்பாக்கி பேசுகிறேன் 128

அடுத்த தலைமுறையின் உருவாக்கம் 129

இராணுவ வீரன் 130

அன்றும் இன்றும் 132

கால ஓட்டம் 133

விவசாயி 134

கனவுகள் 135

தொடுவானம் 136

அன்பு 137

முயற்சி திருவினை ஆக்கும் 138

வானம் சொல்லும் சேதி 139

அவன் தான் மனிதன் 141

புத்தகங்கள் 143

பொருளடக்கம்

உக்ரைன் போர் வல்லரசுப் போட்டியா 144

ஏதிலார் குற்றம் போல் 145

மழலைச் சொல் கேளாதவர் 146

மெய்ப் பொருள் காண்பது அறிவு 147

மருந்தென வேண்டாவாம் யாக்கைக்கு 148

வீழ்வேனோ வேடிக்கை மனிதரைப் போல் 149

இலங்கை பொருளாதார வீழ்ச்சி 150

நோக்குந் திசையெல்லாம் 151

முதுமை 152

மஸ்குவா போர்க் கப்பலின் ஜலசமாதி 153

முறியாத சிறகு 154

உழைப்பாளர் தினம் 155

ஒழுக்கமில்லா எழுத்தறிவு 156

பொறாமை தீ 157

ஆசை 158

கனவு மெய்ப்பட வேண்டும் 159

பயணம் 160

இசை 161

முதலாளியா தொழிலாயா 162

உள்ளுவது உயரவுள்ளல் 163

நிழல் 164

இயற்கை சுழற்சி 165

நிம்மதி 166

கிட்டுமா வேண்டுவன 167

மாற்றம் 168

சினம் 169

கோலம் 170

பொருளடக்கம்

தொழில் நுட்பம் பயனா பாதகமா 171
தினவெடுத்த தோளின் தீனி இதுவா 172
வேர்கள் 173
தன்னம்பிக்கை தளரா முயற்சியே வெற்றி தரும் 174
அதிசயம் 175
செல்லுக வெல்லும் சொல் 176
எது அழகு 177
எண்ணித் துணிக கருமம் 178
நட்புறவு 179
மாறை 180
குடிநீர் 181
எது பலம் 182
ஆளுமை 183
மனதில் உறுதி வேண்டும் 184
ஆனந்த ராகம் 185
குணமா குற்றமா 186
திரைகடல் ஓடியும் தேடல் நன்று 187
மனமே மருந்து 188
ஓடப்பர் உடையப்பர் எல்லாம் ஒப்பப்பர் 189
மாப்பிள்ளை 190
மனம் 191
தீதும் நன்றும் பிறர் தர வாரா 192
வாய்ச் சொல் வீரர் 193
எல்லை 194
நீர்க்குமிழி 195
கண்டதும் காணாததும் 196
சட்டத்தின் ஓட்டைகள் 197

பொருளடக்கம்

நிலவின் தென்துருவில் முத்தம் 198
பேசும் காசு 199
தேடலே மாற்றத்தின் வித்து 200
அறுபதின் அலப்பறைகள் 201
பயனுற வாழ்வதற்கு 202
மிக்ஜாமின் ருத்ர தாண்டவம் 203
காலநிலை மாற்றம் 204
மின்சாரமின்றி அமையாது இனி உலகு 205
நாடோடி ஆவோம் 207
தீதும் நன்றும் கலந்ததே உலகு 208
தமிழ்த்தேன் குடித்தேன் 209
கவலை 210
நிலையான விதிகள் பின்பற்றவே 211
யாருக்கு அளிப்பது வாக்கு 212
வெப்ப அலைக்கு யார் காரணம் 213
ரௌத்திரம் பழகு 214
நம்பிக்கையா நயவஞ்சகமா 215
பொய்க்கான பட்டங்கள் 216
நாளை உலகை அன்பே ஆளனும் 217
வரவு செலவு 218
சொர்க்கம் நரகம் 219
வயநாடு இயற்கை பேரிடரா 220
விடை காண இயலா வினாக்கள் 221
அலைபேசி 222
இனியவை இருபது 224
முகமுடி 225
விண்கலங்கள் இணைப்பு 226

பொருளடக்கம்

அழகின் இலக்கணம்	227
அன்பை அறுவடை செய்	228
பணம்	229
இன்றைய கிராமங்கள் முதியோர் இல்லங்களே	230
செய்தி அல்ல செய் தீ	231
அன்பும் அறிவுமே வளர்ச்சி	232
புதியதோர் உலகம் செய்வோம்	233
பேச்சு	234
மணல் கயிறு	235
தாய்க்கு நிகரானவையின் நிலை	236
மரம் வளர்ப்போம்	237
அழகோ அழகு	238

பக்தி மாலை

குழந்தை கண்ணன்

சிறையில் பிறவி எடுத்தவனே தேவகி மைந்தனே
துறை யமுனையில் வளர்ந்தவனே யசோதா நந்தனே
இறைவனே இடையர் குலத்தில் இன்பமாக அவதரித்தவனே
முறைமாமன் கம்சன் ஏவிய அசுரர்களை அழித்தவனே

பால் குடித்து பாதகியாம் பூதகியை கொன்றவனே
கால்மிதித்து சகடாசுரனை சாய்த்து வதைத்தவனே
நீலவண்ண மேனியனே ஆயர்குல வானத்து முழு நிலவே
பால பருவத்தில் கோகுலத்தில் ஆடிப் பாடிய அழகே

கோவை மேய்த்து குழலில் கீதம் இசைத்தவனே
பூவை கோபியரின் தயிர்ப்பானை உடைத்தவனே
நாவை ருசியாக்க வெண்ணெய் திருடி தின்றவனே
பாவை ராதை மகிழ குறும்புகள் பல செய்தவனே

மண்ணைத் தின்றவனே மயங்கிய தாய்க்கு மாயவனே
உண்ட வாயைத் திறந்து உலகைக் காட்டியவனே
கோபித்த இந்திரன் ஏவலால் பெய்த பெரு மழையிருந்து
கோகுலத்தை காக்க கோவர்த்தனகிரியை தூக்கியவனே

கோபியரின் செல்லமே கோகுலத்தின் தவமே கண்ணன்
ஆவினங்கள் அவன் குழல் கேட்டு அதிகப் பால் சுரக்கும்
காளிங்கனை அடக்கி தலையில் நர்த்தனம் ஆடியவனே
வாளில்லா வெறுங் கையால் கம்சனை வதைத்தவனே

நீலவண்ணனே நெடுமாலே ஓங்கி உலக ளந்தவனே
கோலமயில் தோகையை கிரீடத்தில் சூடியவனே
மால் வண்ணனே மாயவனே மாதவனே மதுசூதனனே
பால் வடியும் முகத்தில் புன்சிரிப்பே அடையாளம் ஆனவனே

ஆயர்குல அருந்தவப் பயனே ஆண்டாள் மணவாளனே
தேயாத நிலவே வாடாத மலரே வற்றாத நதியே
காயாத கனியே கார் வண்ணா கண்ணா என் மன்னா
ஓயாது உனைப் பாட எனக்கு அருள்வாய் உபதேசம்

கோதை ஆண்டாள்

நந்தவனத்தில் கண்டெடுக் கப்பட்ட கைக்குழந்தை கோதை
அந்த ஆடிப்பூரத்தில் அவதரித்த அழகு மாதை
சொந்த மகளாக்கி பெரியாழ்வார் வளர்த்தார் தமிழில் பாடி
தந்தை போல் விந்தை செய்தார் கோதையும் தமிழில் பாமாலை சூடி

பெரியாழ்வாரின் அருந் தவப் புதல்வி கோதை ஆண்டாள்
கரியமாலை மணவாளனாக வரித்துக் கொண்டவள் ஆண்டாள்
அரியாசனத்தில் அரங்கனோடு சரிபாதி அமர்ந்தவள் ஆண்டாள்
மரியாதை புருசோத்தமனை மகிழ்விக்க பாடினாள் ஆண்டாள்

பாவையரை அதிகாலை எழுப்ப திருப்பாவை பாடியவள்
கோவை மேய்த்த குழலோனை ஆராதித்து பாடியவள்
நாவை நனைக்கும் நனிதேன் சுவை சொட்ட பாடியவள்
பூவை மாலையாக்கி தானே சூடி மகிழ்ந்து பாடியவள்

தீங்கிலா மழை திங்கள் மும்மாரி பெய்ய வேண்டியவள்
ஓங்கி உலகளந்தவனை கைப்பிடிக்க கனாக் கண்டவள்
வேங்கடவனுக்கு தான் சூடிய மாலையைச் சூட வைத்தவள்
பாங்குடனே பரந்தாமன் பள்ளி கொள்ள பதிகம் பாடியவள்

பண்ணிரு ஆழ்வாரில் பெண்ஒரு ஆழ்வார் ஆண்டாளே
பெண் அவள் தோளில் பச்சைக்கிளி பெரும் அடையாளமே
பொன்னான திருப்பாவை நாச்சியார் திருமொழி அவள் படைப்பே
தென்னகமாம் திருவில்லி புத்தூரின் செல்வத் திருமகள்
ஆண்டாளே

அவதாரத்தில் பரிணாமம்

பிரளயத்தில் உயிர் காக்க எடுத்தது முதல் அவதாரம்
அரவமின்றி எடுத்த நீர்வாழ் மச்ச அவதாரம்
அரக்கரோடு தேவரும் சேர்ந்து பாற்கடலை கடைய
இரக்கத்தோடு மந்தாரமலை மத்தை தாங்கியது கூர்ம அவதாரம்

கூர்மம் ஆமை நீரிலும் நிலத்திலும் வாழும் உயிரினம்
இரணியகசிபு ஒளித்து வைத்த பூமியை மீட்க
வராக உருக்கொண்டு வந்தது மூன்றாம் அவதாரம்
வராகம் முழுமையான நிலம் வாழும் விலங்கு

பிரகலாதனைக் காக்க மிருகம் பாதி மனிதம் பாதி என
இரணியன் முன் நரசிம்மனாய் தோன்றியது நான்காம் அவதாரம்
மிருகம் துறந்து முழு மனிதனாய் குள்ளமாய்
உருவெடுத்து வந்தது ஐந்தாம் வாமன அவதாரம்

அரசரைக் கொல்லும் மூர்க்க கோபம் எனும் குறையோடு
முரடனாய் தோன்றியது பரசுராமன் எனும் ஆறாம் அவதாரம்
இரக்கம் அன்பு அறிவு வீரம் ஆற்றலோடு தோன்றி
அரக்கன் இராவணனை வீழ்த்திய ராமன் ஏழாம் அவதாரம்

கலப்பையே ஆயுதமாய் கலவரம் அடக்கும் வீரனாய்
பலமான பலராமன் தோன்றியது எட்டாம் அவதாரம்
பிறந்தது சிறை வளர்ந்தது கோகுலம் வதைததது அரக்கர் குலம்
அறம் காக்க மாபெரும் போர் நடத்திய கிருஷ்னன் ஒன்பதாம் அவதாரம்

கலியுகத்தை முடிக்க எடுக்க வேண்டியது கல்கி
பொலிவுடன் குதிரையில்அமர்ந்த தோற்றத்தோடு
ஒளிவீசும் ஒப்பற்ற ஓங்குயர் பத்தாம் அவதாரம்
தெளிவாக எப்போது எடுப்பார் என்பதை யாரறிவர்

பார்த்தசாரதியும் பகவத்கீதையும்

யசோதா மைந்தனே யாதவர்குல சிங்கமே
அசோக வனத்து சீதையை சிறைமீட்டோனே
அசுரர்களை அழிக்க அவதாரம் எடுத்தோனே
வாசுதேவன் புதல்வனே வாழியநீ பல்லாண்டு

தேனாய் மண்ணை உண்டோனே திட்டிய தாய்க்கு
காணென வாயைத் திறந்து அகிலத்தை காட்டியோனே
கோவை மேய்த்தோனே குழலில் கீதம் இசைத்தோனே
கோவர்த்தனகிரியை தூக்கி கோகுலவாசிகளை காத்தோனே

பாஞ்சாலி மானம் காக்க பட்டாடை கொடுத்தோனே
ஆஞ்சநேயன் பிளந்த மார்பில் அருள் பாலித்தோனே
கம்சனை வதைத்தோனே காளிங்க நர்த்தனம் ஆடியோனே
பாஞ்ச சான்யத்தோனே பாற்கடலில் பள்ளி கொண்டோனே

கல்லாய் சமைந்தவளை கால்பட்டு எழுப்பியோனே
வில்லை முறித்தோனே விசுவாமிததிரன் தவம் காத்தோனே
முல்லை வனத்து இறைவனே முகில்வண்ண நிறத்தோனே
சொல்லின் செல்வன் சூழ இராவணனை வதைத்தோனே

தூணைப்பிளந்து பிறந்தோனே துவாரகை நாயகனே
கானகத்து கிஷ்கிந்தாவில் வாலியை வதைத்தோனே
வேய்குழல் வாசிப்போனே வேங்கை முகத்தோனே
ஆயர்குல தலைவனே அனந்த பத்மநாபனே

பாண்டவர் வெற்றிக்கு பெரும் பாதை அமைத்தோனே
காண்டீபதாரி பார்த்தனுக்கு தேர்ச் சாரதி ஆனோனே
குழம்பிய மனதை சீராக்கி கடமையில் கவனம் செலுத்த
விளம்பிய வேதாந்தமே நீஅருளிய பகவத்கீதை

மார்கழி

மார்கழி என்பது மாரியை மழையைக் கழிக்கும் மாதம்
கூர் பனியைப் பெய்து குளிரைக் கூடுதல் ஆக்கும் மாதம்
சீர் இயக்கம் உடல் பெற அதிகாலைக் குளியல் நலம தரும்
ஊர் முழுதும் விழித்து பாசுரம் பாடி உலா வரல் நலம் தரும்

தேவலோகத்தின் பிரம்ம முகூர்த்தம் மார்கழி என்பது ஆன்மீகம்
கோவர்த்தன கிரியை தூக்கி கோபாலன் மக்களை காத்தது
இம்மாதமே

சாவற்ற அமிர்தம் தந்த பாற்கடலைக் கடைந்தது இம்மாதமே
சைவத் திருவாதிரை வைணவ ஏகாதசி வருவதும் இம்மாதமே

ஆராதனைக்கு அனைத்து ஆலயமும் திறப்பது இம்மாதமே
பாராயணம் செய்து பகவானை வழிபட ஏற்றது இம்மாதமே
தீராத பக்தி திடமான ஆரோக்கியம் தருவது இம்மாதமே
சீரான சேவை சிறப்பான பஜனை பாடுவது இம்மாதமே

வைகறையில் விழித்துப் பெண்கள் வண்ணக் கோலமிடுவர்
மைகண்ணில் தீட்டி மாயவனைத் துதி பாடி ஆடி மகிழ்வர்
கைகள் தட்டி குளிர் போக்கி கலைக் கும்மி அடிப்பர்
பாவை ஆண்டாள் பாசுரம் பாடி தெருவில் வலம் வருவர்

பொங்கலும் படையலும் படைத்து பூஜை செய்து வணங்குவர்
தங்க மலர் மாலை சாற்றி மூர்த்தியைப் பட்டோடு அலங்கரிப்பர்
மங்களம் வாழ்வில் மலர மனமுறுகிப் பாடி வழிபடுவர்
செங்கதிரோன் விழிக்கும் முன்னே பஜனையை முடிப்பர்

மங்கல நிகழ்வுகள் மார்கழியில் விரும்பிச் செய்யார்
சங்கடம் யாதெனில் உயிர்ப்பற்ற மாதம் என்பது ஐதீகம்
மங்கா ஓசோன் படலம் மார்கழியில் பூமிக்கு அருகில் வரும்
அங்கத்தின் ஆடல் பாடலால் ஓசோனை அதிகம் சுவாசிக்கலாம்

தமிழ்ப்பாமாலை

மூத்த மொழி தமிழ்

சங்கம் வைத்து வளர்க்கப் பட்டது
மங்காப் புகழுடைய எங்கள் தமிழ்
தெங்கிள நீரும் தெவிட்டா முக்கனிச்சாறின்
சங்கமுமே புளிக்கும் எங்கள் தமிழ் கேட்டால்

அழகிய நிலவோ தேயும் வளரும்
பழகிய தமிழோ பாழின்றி வளரும்
பொழியும் மழையாய் பொங்கும் பிரவாகமாய்
வழியும் அமுதமாய் வளர்வது தமிழே

வீசும் தென்றலாய் விரியும் மலர்வாசமாய்
கூசும் வெளிச்சமாய் மாசற்ற இலக்கணத்தோடு
பேசும் மொழியாய் பெருமைமிகு உரைநடை யாய்
வாசம் செய்கிறது வான் தோன்றிய காலம் தொட்டு

குயிலின் குரலாய் இனிப்பது தமிழே
மயிலின் அழகாய் ஜொலிப்பது தமிழே
வெயிலறியா அடர்வன குளிர்ச்சியும் தமிழே
துயிலறியா தூங்கா விளக்கும் தமிழே

காவியமாய் காப்பியமாய் பரணியாய் பல்வகையாய்
ஓவியம் போல் ஒளி உமிழும் ஒப்பற்ற படைப்புகளை
நாவினால் செப்பியும் நல்ல நூலாய் தொகுத்தும்
பாவினால் படைத்தனர் பல்லாயிரம் புலவர்கள்

தக்காணத்தை நிலத்தில் தாண்டி ஆண்ட தமிழர்
கொக்கும் பறக்கத் தயங்கும் கடலையும் தாண்டி
அக்கரையில் அமைந்த தீவுகளை ஆண்டதோடு
சொக்கத் தங்கமான தமிழையும் வளர்த்தனர்

தாய்மொழி

அழகிய அன்னை அமுதோடு ஊட்டிய மொழி
பழகிய தந்தை பாசத்தோடு பகிர்ந்த மொழி
எழுதிப் படிக்கும் முன்னே கேட்டுப் பேசிய மொழி
பழுதில்லாது பழகிப் பேசிய முதல் மொழி

ஊனோடும் உயிரோடும் கலந்த உறவு மொழி
தேனாய் திகட்டாது தித்திக்கும் தெய்வ மொழி
மானின் துள்ளல் நிறைந்த மழலை மொழி
கானகத்து கனியாய் இனிக்கும் கன்னி மொழி

பிறந்த இனத்தின் பெருமை பேசும் மொழி
சிறந்த உணரவை ஊட்டும் உரிமை மொழி
கறந்த பால் மீள மடி புகாதது போல
மறந்து போகாது பிறந்தது முதல் கற்ற தாய் மொழி

பரம்பரையாய் விடாது பேசப்படும் பாசமொழி
நிரந்தரமாக மண் தோன்றிய காலம் தொட்டு
தரமான எழுத்தும் பேச்சும் நிறைந்த மொழி
சிரமேற் கொண்டாடப் படும் எம் தாய்த் தமிழ்மொழி

தோற்றமே தெரியாத தொன்மை வாய்ந்த மொழி
காற்று போல் தோற்றம் முதல் புழங்கும் மொழி
வற்றாத நதியாய் வளமான இலக்கியத் தோடு
கற்றோரால் போற்றப் படும் உயர் தனிச் செம்மொழி

தமிழின் உயரம் தமிழன் உயரம்

பிறந்தது முதல் தமிழ் இலக்கண ஆடை உடுத்தியவள்
சிறந்த செம் மொழிக்கான அடையாளம் பெற்றவள்
புலவரும் துறவியரும் பேசிப் பாடிய பழம் மொழி
அறம் தழுவி அறிஞர் பலர் கவிதை வடித்த மொழி

பலாப் பழத்தில் பொதிந்துள்ள சுவையான சுளைபோல
உலாவரும் நிலவில் ஒளிந்துள்ள குளிர்ச்சி போல
வலம் வரும் தமிழின் உச்சரிப்பு முதல் உரைநடை வரையே
நலமான மொழி வளமும் நயமான இலக்கணமும் நிறையே

முற்காலத் தமிழனின் மொழி அறிவே தமிழை வளர்த்தது
சொற்சுவை பொருட்சுவை ததும்ப கவிதை வார்த்தது
மற்ற மொழி போலல்லாது பிறந்தது முதல் தமிழ் மொழி
குற்றமற்ற இலக்கணத்தோடு இன்று வரை பேசிப் புழங்கும் மொழி

முற்காலத் தமிழன் அளப்பறிய இலக்கணம் அறிந்தவன்
மற்போர் புரிந்த மாமன்னனும் மரபுக் கவிதை வடிப்பவர்
நற்றமிழின் நயம் சுவை மாறாது அறமும் காத்தவன்
விற்பன்னனின் வீரமும் காதலும் வியத்தக போற்றியவன்

சங்கம் வைத்து வளர்க்கப் பட்டது மங்காப் புகழ் தமிழ்
தெங்கிள நீரும் தெவிட்டா முக்கனியுமே புளிக்கும் தமிழ்
பொங்கும் தீஞ்சுவை புதுப்புனலை சுவைத்தால் இனிப்பது தமிழே
செங்கதிரோன் ஒளிபோல் என்றும் நிரந்தரம் தமிழே

உலகப் பொதுமறை எனப் போற்றப் படும் திருக்குறள்
திலகமென ஒளிவீசும் ஐம்பெரும் காப்பியங்கள்
பலப்பல பொருளில் பாடப் பட்ட நாற்பதுகள்
நலங்கு வைத்தாற் போல் அகம் புறம் நானூறுகள்

ஆன்மீகச் சைவர்கள் பாக்களை லடித்தது தமிழில்
தேன் சுவை போல் ஆழ்வார்கள் பாடியதும் தமிழில்
வான்புகழ் கொண்ட வள்ளுவன் குறளும் தமிழில்
ஏன் ஈடு இணையிலா கம்பனின் காவியமும் தமிழில

ஆணுக்கு நிகராக அன்றே பெண் புலவர் பெற்ற தமிழ்
தூணாய் தூமணி மாடமாய் அழியாது வளர்வது தமிழ்
காணாத ஓலைச்சுவடி கண்டு எடுத்து காத்தவன் தமிழன்
வீணென வீசியது காணாதது போகவும் உச்சமே தமிழன்

தற்கால கவிஞர்கள் பாரதி முதல் வைரமுத்து வரை படைப்பாளியே
அற்ற குளத்து பறவை யல்ல பொற்றாமரை குளத்து
மொட்டுகளே சொற்களை புதுக்கவிதை ஆக்கியது மரபின்
உடைப்புகளே
வற்றாத வளமும் முற்றாத இளமையும் தமிழின் மகுடங்களே

வரப்புயர நீர் உயரும் நீர் உயர நெல் உயர்வது போல்
தரமான தமிழ் உயர தமிழன் உயரமும் உயரும்
பரந்த பூவுலகில் பழமை ஆனதும் புழங்குவதும் தமிழே
அரங்கில் அமிழ்தமாய் சுரங்கத்தில் தங்கமாய் மிளிர்வது தமிழே

பரந்த பாரினில் பரந்து விரிந்து வாழும் தமிழன்
பரப்புகிறான் பரம்பரை பரம்பரையாக மொழியை தமிழன்
மரத்தோ உணர்வை மரித்தோ அழியான் ஒருபோதும் தமிழன்
தோற்றம் அறியாத தொன்மையான துள்ளல் மொழி

ஆற்றலால் புதுப்புது படைப்பு தோற்று விக்கும் மொழி
ஏற்றமாய் பனி உயர ஏறி வளரும் சிகரமாய் வளரும் மொழி
காற்று போல் அகிலம் முழுதும் பரவியுள்ள மொழி
நேற்றும் இன்றும் நாளையும் தமிழனும் தமிழும் வீழாது

காற்றும் கடலும் மறைந்தாலும் தமிழ் மறையாது
ஊற்று நீர் ஓயலாம் தமிழ்க்கவிதை ஊற்று ஓயாது
ஆற்று நீர் வற்றலாம் தமிழன் ஆளுமை வற்றாது
மண்ணில் மாபெரும் நிறுவன நிர்வாகிகள் தமிழனே

கண்ணிரண்டில் ஒரே பார்வை போல் தமிழும் தமிழனும் ஒன்றே
வண்ணத் தமிழ் உயர்ந்தால் தமிழன் உயரமும் உயரும்
விண்ணில் மனிதன் வாழ்ந்தால் வியத்தகு தமிழே அங்கும்
ஒலிக்கும்

பண்டைத் தமிழனே கொண்டு சென்றான் கடல் கடந்து தமிழை

அண்டை நாடுகள் எல்லாம் ஓர் காலம் தமிழன் அடைக்கலமே
கொண்டை வைத்த கோபுரமும் இன்றும் நிற்கும் கோயில்களே
பண்டைத் தமிழனின் பராக்கிரமம் கட்டுமானம் பறை சாற்றுதே

தோண்டும் இடமெல்லாம் திரள்வது தமிழன் எச்சமே
ஆண்ட தமிழன் அடுக்கான ஆதாரம் அடையாளமே
மாண்டது தமிழன் உடலே மறையாது உயிராய் தமிழே
நீண்ட உயரம் தமிழுக்கே தமிழன் உயரமும் உயரும் தமிழாலே

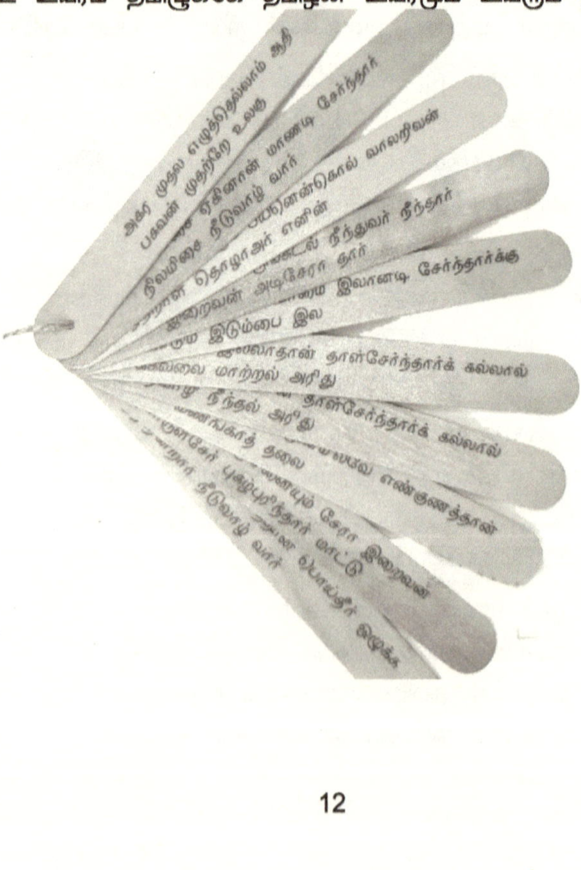

தமிழணங்கு

கல்மண் தோன்றும் முன் தோன்றிய காரிகை நீ
தொல்காப்பிய உதிரம் வள்ளுவ இளமை கொண்டவள் நீ
இலக்கண உடல் இலக்கியமே உயிராக கொண்டவள் நீ
சொல் வல்லான் கம்பன் நெய்த ஆடை கட்டியவள் நீ

நல்ல புலவர் செய்த ஐம்பெரும் காப்பியம் உன்ஆபரணமாம்
வில்லென தெறித்த புறநானூறு உன் வீரமாம்
அல்வாழ்வு குறித்த உன் கோட்பாடே அகநானூறாம்
மல்லன் கட்டிய கற்கோவில்கள் உன் கலாச்சாரம் ஆகும்

வழிகாட்டும் ஆற்றுப்படைகள் உனக்கு விழியாகும்
ஆழ்வார் நாயன்மாரின் வழிபாடு உன் ஆராதனையாகும்
மாற்று மொழி புலவரும் போற்றிய மாமங்கை நீயாகும்
சாற்றி புனைந்த வீரமா உமறு காவியம் உன் தீரமாகும்

ஆரம் அணிவித்தார் உனக்கு பரணி பாடிய செயங்கொண்டார்
ஈர நெஞ்சில் காருண்யம் வளர்த்தார் வள்ளலார்
பாரதியும் தாசனும் புதுக்கவிதையால் வாசம் தந்தனர்
சாரதிதாசனும் வாலியும் திரைக் கடலில் உனை நீந்த வைத்தனர்

வைகைத் தமிழ்

வளம் கொழிக்கும் வைகை சங்க காலம் தொட்டு
தளம் அமைத்து தந்தது தமிழ் வளர்க்கும் பொருட்டு
களமாடி வரிசை கட்டிய புலவர் பல்லாயிரம் பேர்
இளமைத் தமிழோடு இன்றும் களம் ஆடுபவர் பலபேர்

மதுரையும் வைகையும் தமிழ்த் தாயின் தொட்டில்
மதுஉண்ட வண்டாய் புலவர் மயங்கிக் கிடந்த கட்டில்
எதுகையும் மோனையும் மதுரை மண்ணோடு பிறந்தவை
புதுக்கவிதை படைப்பதிலும் பொங்கும் ஊற்றாய் சிறந்தவை

வளைந்தாடும் நாணலும் வைகைக் கரையில் தமிழ் பேசும்
களைபோல் அயல் மொழி முளைத்தாலும் தமிழ்ப் பயிரே விளையும்
விளைபயிர் முளையிலே போல வைகைத் தமிழ் பேச்சு பிறப்பிலே
முளைவிட்ட கவிதை கட்டுரை காவியம் வளர்ந்தது அதனிலே

வானமும் வைகையும் காதல் செய்ய வானவில் தூது போகும்
கானம் தமிழில் பாடி கார்மேகம் மழையை வரவழைக்கும்
பானமாய்ப் பொழியும் தமிழ்க் கவிதை தாகம் தீர்க்கும்
தேன் குடித்த வண்டாய் ரசம் தரும் வரிகள் ரீங்காரமிடும்

வைகையில் குளித்து வனத்தில் தலை துவட்டி வரும் தென்றல்
வைகைவாழ் தமிழர் மொழி கேட்க காத்து இருக்கும் அவர் வாசல்
வைகை உருவாக்கிய பொய்கையில் முளைத்த தாமரை மொட்டு
தோகை மயில் போல் விரியும் தோகையர் தமிழ் கேட்டு

பாக் நீரிணையில் கலப்பது வைகை மட்டுமா வளந்தமிழுமே
தேக்கு போல உறுதித் தமிழில் கவிதைச் சிற்பம் வடிக்குமே
ஆக்கமிகு தமிழ்ப் புலவர் கவியால் மணம் கமழுமே
ஊக்கமிகு கவிதையை உலகுக்கு அளிப்பதால் மனம் மகிழுமே

துள்ளும் மீனும் வைகையில் தமிழ்க் கவிதை பாடும்
அள்ளும் அழகு அணங்காய் வைகையும் தமிழ் நடை போடும்
புள்ளும் தமிழ்ப் பேசும் பூத்த மலரும் தமிழ் வாசமே வீசுதே
கள்ளிக்காட்டு இதிகாசம் கூட வழக்கு மொழி பேசுதே

புதுக்கவிதை

இறுக்கி இலக்கணப் பேழையில் பூட்டாதது
பொறுக்கி எடுத்த வார்த்தையால் பூத்தது
எழுதும் உரிமை எவருக்கும் உண்டென
பழகு தமிழில் புனைவதே புதுக் கவிதை

உரைநடைக்கும் மரபுக் கும் இடைப் பட்டது
கரையிலே நிற்கும் இலக்கிய குளத்தில் குதிக்காது
நிறைந்த கருத்துகளை நெஞ்சரத்தோடு கூற
வரைந்த வண்ணப் பறவையே இக்கவிதை

புரியாத புதிராய் புதிது புதிதாய் பொருள்
தெரியாத வார்த்தையை திணித்துள மரபாய்
அறியாத பொருளை அறிய அவலப்படும் நிலை
சிறிய அளவில் கூட இக்கவிதையில் இல்லை

அன்றிருந்தோர் அறிந்தி ருந்தார் அளப்பறிய இலக்கணம்
இன்றிருப்போர் அறிவர் எளிதான எழுத்துக்களை
நன்று எழுதுவோம் இன்றிருப்போர் ஞானம் அறிந்தே
நின்று உரைப்போம் நாமறிந்ததை நல்ல எளிய தமிழில்

தமிழினம்

அறநெறி போதிக்கும் குறள்நெறி
ஆட்சி மொழி கொண்ட இனம்

மறவீரமும் காதலும் இரு கண்ணென
மதித்து மாவீரர் வாழ்ந்த இனம்

புறமும் அகமுமாய் நானூறு நானூறு
பூப்பாக்களை போற்றும் இனம்

உறவில் கலந்த உதிரம் போல
உணர்வில் கலந்த மொழி பேசும் இனம்

கறவை மாடல்ல காளையும் வளர்த்து
காளையரோடு மோதி விளையாடும் இனம்

திறம்பட திக்கெட்டும் சென்று வெற்றி
தீரத்தோடு கொடி நாட்டிய இனம்

நிறத்தால் நீலமான நீரைக் கடந்து
நிலம் பல கைப்பற்றி ஆண்ட இனம்

முறத்தால் புலியை விரட்டிய மாவீர
மங்கையர் பல வாழ்ந்த இனம்

மறந்தும் மானம் இழக்காத கவரி
மான் பரம்பரையில் வந்த இனம்

பிறந்த புவியோடு ஒட்டிப் பிறந்த
பிறழா புகழோடு புழங்கும் மொழி இனம்

குறவர் வாழ் குன்றைக் குடைந்து
குடவறைக் கோவில் அமைத்த இனம்

சிறந்த சிற்பம் செதுக்கிய சிலை
சிந்தை ஓவியக் கலை படைத்த இனம்

பிறவி தந்த புவியை நானிலமாய்ப்
பிரித்து நிர்வகித்து வரும் இனம்

பழந்தமிழனும் பட்டறிவும்

பாண்டியனும் சோழனும் பல்லவனும் சேரனும்
ஆண்டு அழகு படுத்திய மண் தமிழ்நாடு
தோண்டிய இடமெல்லாம் தென்பட்ட சுவடுகள், விண்ணைத்
தாண்டி பறைசாற்றுது தமிழனே முதல் மனிதனென

மலையும் காடும் மருதமும் நெய்தலு மென
நிலையான புவிஅமைப்பை நிர்வகித்த தமிழ்நாடு
சிலையும் சிற்பமும் ஆலயமும் அணையும், சொல்வது
கலைகலந்த தொழில்நுட்பம் நிறைந்து இருந்த தமிழ்நாடு

பொன்னி வைகை பொருனை துள்ளி ஓடும்
நன்னிலத்தில் நல்விளைச்சல் கண்ட தமிழ்நாடு
கன்னியரின் காதலோடு கலந்த வீரம், படையெடுக்கும்
அன்னியருக்கு சிம்ம சொப்பனமாய் விளங்கியது தமிழ்நாடு

தொன்மை மொழிக்கு தொல்காப்பியம் இலக்கணமாகி
மண்வாழ்வியல் போதித்த சங்க இலக்கி யம் கொண்ட தமிழ்நாடு
தெம்மாங்கு காவியம் காப்பியமென பல்வகையாகி
செம்மொழிக்கான அடையாளச் செருக் கானது தமிழ்நாடு

கடல் கொண்ட கபாடபுர எச்சங்கள் பேசுவது தமிழே
அடலேறு சிங்கமாய் அங்கு ஆட்சி செய்தது தமிழே
கடல்தாண்டி பல நாடுகளில் மொழியா னது தமிழே
தடம் பதித்து தரணி யெங்கும் சுவடானது தமிழே

திக்குத் தெரியாத கடலில் மரக்கலம் ஓட்டியவன் தமிழனே
அக்குவேறு ஆணிவேறாக நீரோட்டம் அறிந்தவன் தமிழனே
உப்புக் காற்றில் உடல்நலம் பேணும் முறையறிந்தவன் தமிழனே
தப்பில்லாது கடல் தடை கடந்து நாடு பிடித்தவன் தமிழனே

வாணிபத்தில் யவனன் கிரேக்கன் சீனனோடு
தானியம் தங்கம் புரவி பண்டமாற்றி யவன் தமிழனே
சீனப்பட்டுக்கு கொற்கை முத்து கொடுத்தவன் தமிழனே
யானைத் தந்தத்திற்கு தங்கம் பெற்றவன் தமிழனே

ஆனையும் குதிரையும் ஆடுமாடும் வளர்த்தவன்
பானையும் பாத்திரமும் சுட்டுச் செய்யத் தெரிந்தவன்
இரும்பு தங்கத்தை உருக்கி வார்க்கத் தெரிந்தவன்
கரும்பிலே சாறெடுத்து கற்கண்டு வெல்லம் செய்தவன்

சுக்கு மிளகு திப்பிலி கொண்டு உடல் நலம் பேணியவன்
செக்கு ஆலை அமைத்து எண்ணெய் ஆட்டி எடுத்தவன்
கொக்கு பறக்க பயப்படும் திக்கெல்லாம் பயணித்தவன்
மக்காத செப்புத் தகட்டில் தன் வரலாறு பொறித்தவன்

ஊரமைப்பு நகரமைப்பு தெருவமைப்பு அறிந்தவன்
நீர்வடியக் கால்வாய் நிர்மாணம் செய்யத் தெரிந்தவன்
தேர்ஓடும் விசாலமான வீதிகளை ஊர் தோறும் அமைத்தவன்
பார் போற்றும் கல்லணை முதல் ஏரி குளங்களை வெட்டியவன்

தமிழைக் காப்போம்

சங்கம் வைத்து தமிழ் வளர்த்த
தங்கக் கபாடபுரத்தை வாய் பிளந்து
வங்கக் கடல் விழுங்கிய போதும்
எங்கள் தமிழ் எழுச்சியோடு வளர்ந்தது

களப்பிரர் காலத்து கருப்பு ஆட்சியிலும்
வளமான தமிழ் வறண்டு போகாமல்
இளமை மாறாத இனிமையோடு இருட்டுக்கு
விளக்காகி வெளிச்சம் வீசி ஒளிர்ந்தது

நீசபாசை என்றும் தேவபாசை என்றும்
வேசமிட்ட வேடதாரிகள் முகத்திரை கிழித்து
வாசம் வீசும் நல்லபாசை தழிழேயென
ஓசையெழுப்பி உலகிற்கு உணர்த்திய பாசை

செம்மொழிக்கான அனைத்து காரணிகளும் ஒருங்கே
எம்மொழி ஒன்றே இணையப் பெற்றது
ஆற்றலால் காலத்திற்கு ஏற்ப தகவமைத்து
தோற்றம் முதல் புழங்குவது தமிழே

இடராய் இடையிடையே தோன்றும் தடைகள்
முடக்க முயற்சித்தும் முடங்காதது தமிழே
அடக்க நினைத்தவரே அடங்கிப் போயினர்
கடந்துபோக தமிழ் கரையல்ல கடல்

உலகின் முதன்மையான உயர்தனிச் செம்மொழியை
கலகம் செய்து முடக்க நினைப்பவரை
பழகு தமிழ்ப்படை கொண்டு முறியடித்து
விழச் செய்வோம் தமிழைக் காப்போம்

இயற்கை
பாமாலை

அந்தி

துளிர்த்த தளிர்களிளே நனைந்து
தூளியாடி தென்றல் விளையாடும் வேளையிது
குளிர்நிலவின் கதிர்பட்டு மணம்வீச
காத்திருக்கும் மொட்டுகள் அவிழும் வேளையிது
சுளீரென சுட்டெரித்த வெயிலால் கூட
சுதியிழக்காத ஆழிஅலை விளையாடும் வேளையிது

வாரியிறைத்த வர்ணங்கள் வான்வெளியில்
மதிமயக்கும் மாயாஜாலம் செய்யும் வேளையிது
தூரிகையோ ஓவியனோ இல்லாது இயற்கையே
ஆயிரம் அழகோவியங்களை வரையும் வேளையிது
மாரிபெய்யக் காத்திருக்கும் கார்மேகம்
வானவில் ஜாலம்காட்டும் வேளையிது
காரிருளை வரவேற்க புள்ளிகள் வைத்து
காலமகள் கோலமிடும் அழகு வேளையிது

பாடித்திரிந்து இரைதேடிய பறவைகள்
கூடுசேர்ந்து குஞ்சுகளோடு அடையும் வேளையிது
ஓடிவியர்த்து உழைத்த விவசாயிகள்
ஆடுமாடுகளோடு வீடு திரும்பும் வேளையிது
மூடிய விழியோடு முடங்கி இருந்த
இராப்பறவைகள் கூடுவிட்டு கிளம்பும் வேளையிது
நாடிநரம்புகளை சிலிர்க்க வைக்கும் நல்லிசைகள்
மேடையேறி முழங்கும் மோகன வேளையிது

ஆதவனின் ஆட்சி அகலும் வேளையிது
அரக்க இருளின் ஆட்சியின் ஆரம்ப வேளையிது
சூதில்லா நிலவு வெயிலால் நன்கு
சூடேறிய புவியை குளிர்விக்கும் வேளையிது
மாதர்களின் கூந்தலில் சூடிய மலர்கள்
மதிமயக்கும் மணத்தை பரப்பும் வேளையிது
நிதம் நிகழும் இந்நிகழ்வுகள் எல்லாம்
பகலுக்கும் இரவுக்கும் பாலமிடும் வேளையிது

தென்றல்

மலையில் பிறந்து மழைமேகத்தில் தவழ்ந்து
இலைகளில் இசைபாடி இளமலரில் மணமெடுத்து
அலைமோதும் அருவியில் குளித்து அழகாகி
தலைகோதி தளிர்மேனி தழுவுவது தென்றலே

ஆற்றில் குளித்து ஆதவனில் தலைதுவட்டி
கீற்றில் தலைசீவி கரு நிழலாய் பின்னலிட்டு
ஏற்றமிகு மணமோடு எழிலாய் நடைபோட்டு
ஆற்றலை அள்ளித்தரும் அற்புதபானம் தென்றலே

இளந்தளிரில் கிளர்ந்து ஈரமூங்கிலை இசைத்து
வளர்பிறையாய் வளர்ந்து வசநதராகம் பாடி
தளர்நடை தவிர்த்து தாவி அழகு மங்கையின்
மலர்மேனியில் பூட்டிய ஆடைக்குள் புகுவது தென்றலே

லேய்குழல் நுழைந்து வெளிவருவது தென்றலே
பாய்மரப் படகை பாய்ச்சுவது தென்றலே
காய்த்த கனியை கனிவாய் வருடுவதும் தெனறலே
சாய்க்காது மரங்களால் சாமரம் வீசுவதும் தென்றலே

மழை

நீரை ஆவியாக்கி நீலக்கடலின்று மேற்சென்று சூல்கொண்டு
கார்மேகமாய் கருக்கொண்டு கனிந்து கலப்பில்லா
நீராய் உருக்கொண்டு நிலம் மேல் விழக்கண்டு
பாரோர் பரவசத்தில் பாராட்டு பெறும் மழையே

ஊரார் உழுதுண்டு உயிர் வாழ நீ வீழ்கிறாய்
நீரும் ஆகாரமாய் நிலவாழ் உயிர்களுக்கு நீ ஆகிறாய்
நீருள் உயிர் வாழ்பவைகட்கு வாழ்விடம் தருகிறாய்
நீராய் பெய்ய நீ பொய்த்தால் புவியில் இல்லை பசுமை

கோடையில் நீ கருக் கொண்டால் கோபங்கொண்டு
நாடே நடுங்கும்படி இடியாய் இறங்கி சப்தமிட்டு
ஊடே உருக்கி விட்ட வெள்ளியாய் மின்னலடித்து
கூடவே சில உயிர்களையும் குடித்து பசி தீர்க்கிறாய்

குளிர்விக்கிறாய் புவியை குளிப்பாட்டி நனைத்து
களர் நிலத்தில் கழனி ஆக்குவாய் நீ விழுந்து
தளர்நடை போடும் நதியை குதிபோட்டு ஓடச்செய்வாய்
இளந்தளிர்கள் கிளையில் இனிதே துளிர்த்து எழச்செய்வாய்

தூய்மையான உன்னையும் தொட்டு மாசாக்கி விட்டான் மனிதன்
தாய்மை அடைந்து நீ தரையில் விழும்முன் காற்று மாசால்
தூய்மை தொலைத்து தூசு மாசில் கலந்து அமிலம் ஆகிறாய்
ஆய்வில் அமேசான் அடர்காடுகளில் கலப்பில்லா நீரை

பெரு வெள்ளம்

ஊரெங்கும் புதுப்புனலின் உயர் வெள்ள ஓட்டம்
ஆர்ப்பரித்து ஓடுகிறது அண்டை வீடுகளில் நுழைந்து
ஊர்கள் தத்தளிக்கிறது ஊடே தாறுமாறான ஓட்டத்தால்
ஓரங்களின் வாழ்விடங்கள் புதைந்தன புதுவெள்ளத்தில்

தண்ணீர் தண்ணீர் என தவித்தவன் கண்ணீர் விடுகிறான்
தண்ணீர் தலைக்கு மேல் தாவி வரும் பெருவெள்ளமானால்
வேண்டும் மழை வேண்டும் என யாகம் செய்தவன்
வேண்டாம் போதும் வேண்டாம் போதும் என பூஜை செய்கிறான்

யார் செய்த குற்றம் நீர் வழித்தடங்களை
ஊர் ஆக்கியது ஊராலல்ல யாம் செய்த பெரும் குற்றமே
பார் எங்கும் பஞ்ச பூதங்களை பகைத்தல் ஆகுமோ
தீர்க்கமான தீர்வென்பது அதன் வழியில் குறுக்கிடாததே

முன்னோர் செய்திருந்த முறையாக கால்வாய் குளங்களை
பின்னாளில் வந்தோர் சுய லாபத்துக்காக சிதைத்தது ஞாயமோ
துன்பமான இப்பேரழிவின் துயரில் இருந்து நமை நாமே காக்க
நன்நெஞ்சோடு விட்டு நாமே அகல்வோம் நீர் வழிப் பாதையை

ஆக்கிரமிப்புகள் அக்கறையோடு அகற்றப் படவேண்டும்
காக்கப் படவேண்டும் கரையோடு வடிகால்கள் ஏரிகள் குளங்கள்
தேக்கமின்றி நீர் தொடர்ந்து வழிந்தோட முறையான அமைப்பு
அமைய
நோக்கம் நீண்டகால நிலையான திட்டமிடலாக இருத்தல்
வேண்டும்

அக்னி குஞ்சு

இரையுண்ட உடனே ஈடில்லா வளர்ச்சி கொண்டு
கரை காணாது கண்டதையும் உண்டு
விரைந்து வின்னளவு வளரும் அரக்கன் நீ
நரை திரை நல்ல மூப்பு இல்லா அக்னி குஞ்சு

தினம் ஆலயங்களில் தீபமாக வணங்கப்படுவது நீயே
கணநேரத்தில் காட்டையே கபளீகரம் செய்வதும் நீயே
படைக்கப் பட்ட அனைத்தும் பாரில் உனக்கு இரையே
அடைபடாது உன்பசி நீ அடக்கப்படாத வரை

சைவ அசைவ பாகுபாடு இல்லை உனக்கு
இசைவு கேட்பதில்லை யாரையும் நெருங்க நீ
அசைவது அசையாதது அனைத்தும் உனக்கு உணவே
கசையடி கொடுத்து கட்டுப்படுத்த உனை இயலாது

நீரருந்தாது பசியடங்காது நிலத்தில் உண்பவன் நீயே
கார்மேகத்து மழை நீரே கட்டுப்படுத்தும் உனை
காற்றோ சிலநேரம் கட்டுப்படுத்தி அணைக்கவும் செய்யும் உனை
தூற்றி ஊதி தூபமிட்டு ஊதி பெரித்தல் வளர்க்கவும் செய்யும்

தினம் ஆலயங்களில் தீபமாக பூஜிக்கப்படும் நீ
சினம் கொண்டு சீற்றம் கொண்டால் சாம்பலாக்குவாய்
உனை விடவும் கொடூரன் ஒருவன் உண்டோ ஆம்
சினம் கொண்ட மனிதன்னே நாக்தே உனைவிடவும் கொடூரன்

காற்று

மலை உச்சியா கடல் மடியா உன் பிறப்பிடம் காற்றே
மலைச்சாரலில் இளங் குளிராய் மந்தமாய் வீசுவது தென்றல்
காற்று
அலைமோதும் கடலோரம் ஆசுவாசம் செய்வது ஆனந்த காற்று
குலைநடுங்க கும்மாளம் இட்டு சுழல்வது சூறைக் காற்று

ஆற்றங்கரை நாணலோடு அசைந்து நடைபோடும் நல்ல காற்று
நாற்றம் தரும் நயவஞ்சக கொள்கிறது ஆலைப்புகை கலந்த
நச்சுக் காற்று

கூற்றுவனையும் மயக்கும் குழல் மலர் வாசக்காற்று
சீற்றம் கொண்டு சீறி மழையோடு வந்தால் ஊழிக்காற்று

நீரின்றி மட்டுமல்ல நீ இன்றியும் அமையாது உலகு
மாரிக்காலத்தில் பெயர் உனக்கு ஈரக்காற்று
நீருறையும் பனிக் காலத்தில் ஆகிறாய் வாடைக்காற்று
ஆருயிர் பறிக்கும் ஆங்காரம் கொண்டால் புயல் காற்று

உயிரினங்கள் உலகில் வாழ பிராண வாயு தருகிறாய்
பயிரினங்கள் மகரந்த சேர்க்கைக்கு பரிமாற்றம் செய்கிறாய்
வெடிக்கும் வித்துகளை வெவ்வேறு இடங்களில் பரப்புகிறாய்
படித்தவன் படைத்த விமானத்தை பறவை போல் பறக்க
செய்கிறாய்

வெயிலோடு விளையாடி வந்தால் நீ வெப்பக் காற்று
கயல் பேரினம் வாழும் கடலாடி வந்தால் நீ உப்புக் காற்று
பாலைவன மணலை பந்தாடி வந்தால் நீ புழுதி காற்று
வேலாய் குத்தி துருவ பனிமலைகளை கரைத்தால் நீ
உஷ்ண காற்று

பவள நிலா

நீலவானின் நெடும் பாதையில் நீந்தி விலகாது தவழ்ந்து
கோலப்புள்ளிகள் போன்ற வெள்ளித் தோழிகளோடு
ஆலவாய் அழகனின் அழகிய சடாமுடியை அலங்கரிக்கும்
கோலநிலா குதித்து குதுகலித்து உலா வருகிறது ஊர் கோலமாக

பஞ்சுப் பொதிகள் போன்ற பிஞ்சு மேகக் கூட்டத்தோடு
கொஞ்சி உள்நுழைந்து குழைத்து தூளியாடும் வெண்ணிலா
அஞ்சும் அடர்கரு அதன் மேகத்துள் அகப்பட்டால்
கெஞ்சினாலும் வெளி விடாது கோர வஞ்சக மேகக் கூட்டம்

கருக்கொண்ட கார்மேகம் கருணை கொண்டு மழையை
பிரசவித்ததும்
உருவை வெளிக்காட்டி ஊர்ந்து வெளிவரும் வெண்ணிலா
தரும் வெளிச்சம் தரணியில் வானத்தை நுரை ததும்பும்
சரும சலவைக்கட்டியால் சற்றே வெளுத்த பளபளப்பு தரும்

நிறைமாத அமாவாசை கர்ப்பிணி நிதானமாக பிரசவித்த
பிறைநிலா கொஞ்ச கொஞ்சமாக வளர்ந்து முழுமதியாகி பிறகு
குறைந்து தேய்ந்து குறைந்து வயதாகி ஓர்நாள்
மறைந்து போவது போல் மனிதனின் வாழ்வும்

நிலம்

கோடானு கோடி உயிர்களின் கோயிலான வாழ்விடம் நிலமே
ஆடாத நிலத்தில் வாழும் அனைத்தும் மிகவும் நலமே
மாடமாளிகைகள் மதிலோடு கூடிய கூட கோபுரங்கள் குப்பை
மேடாகும் ஓர்நொடி மேனியை நிலம் அசைத்து ஆடினால்

அடர்வனம் உயர்மலை ஆழ மடுவு கழனி யாவும் நிலமே
தடங்கலில்லா சமதளம் தடம் மாறும் மலைச்சாரல் நிலமே
திடமான பாறை தினைபோல் துகளான பாலைவனம் நிலமே
கடல் மகள் தவழும் கடினமான அடிமடியும் நிலமே

இயற்கையாய் கிட்டும் அனைத்தும் தந்தது நிலமே
செயற்கை பொருளுக்கு மூலப்பொருள் தந்தது நிலமே
இயற்கையை ஒன்றியே இவ்வுலகில் மற்ற உயிர்கள் வாழ மனிதன்
இயற்கைக்கு மாறாக தான் தோன்றித்தனமாக வாழ்கிறான்

சினந்து நிலம் சிலிர்த்தால் சிதறிடும் மாநகரமே
கனன்று நிலம் கக்கினால் எரிமலை யாகி எரித்திடுமே
சுனாமியாகி கடலடியில் நிலம் முண்டினால் சீரழிக்கும்
தனந்தரும் மாநகரை தகர்த்து பிரளயமாகி விழுங்கி

ஆறு கடல் மலை கழனி அனைத்தையும் மனிதன்
கூறுபோட்டு விட்டான் கூடிய மட்டும் அறிவு முற்றி
தாறுமாறாக வேலை செய்வதால் தாவுகிறான் நிலம் தேடி
ஏறிவிட்டான் விண்கலம் எட்டி செவ்வாயை கூறுபோட

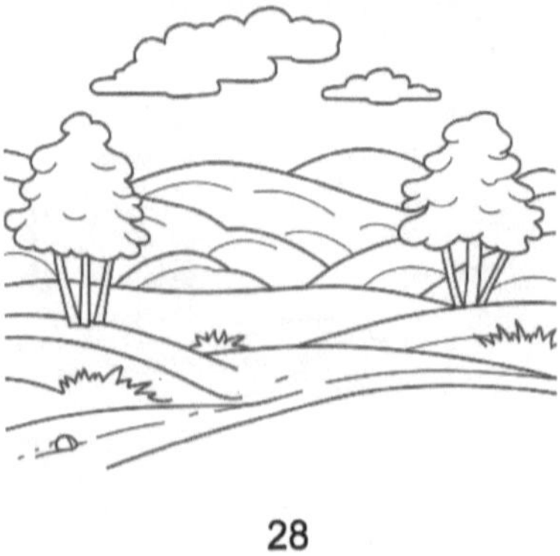

அந்தரத்து ஊஞ்சல்கள்

நிலவும் பூமியும் நீலவான வீதியில்
உலவும் அதற்கென உண்டாக்கி அமைத்த பாதையில்
கலங்கள் கடலில் கடக்க மிதப்பது போல் வானில்
உலவும் அத்தனையும் அந்தரத்து ஊஞ்சல்கள்

தாகமும் தீர்க்கும் தரணியில் பெருவெள்ளமும் தரும்
மேகமாய் உருக்கொண்ட மேலே நீரும் மிதக்கும்
பூமிக்கும் சூரியனுக்கும் இடையே புகுந்து அசுர பலத்துடன்
சாமியாடும் விண் கற்களும் அந்தரத்து ஊஞ்சல்கள்

கண்ணில் கணநேரமே தோன்றும் மின்னலும்
பெண்ணாக கார்மேகக் கர்ப்பம் தரித்த
வானுக்கு வளைகாப்பு நடத்தும் வானவில்லும்
தோனுவது கணநேரமே ஆயினும் அந்தரத்து ஊஞ்சல்கள்

மனித படைப்பான செயற்கை கோள்கள்
தனித்து இயங்கும் பன்னாட்டு விண்கலம்
பழுதாகி செயலற்ற இவைகள அழிக்க இயலா
கழிவாகி மிதப்பதும் அந்தரத்து ஊஞ்சல்களே

பறவைகள் பலவிதம்

தூளியாடும் தொங்கு கூடு அமைத்து வாழும்
தூக்கணாங்குருவி பறவையே
ஆளில்லா அர்த்த ராத்திரியில் அலையும்
ஆந்தை கூகையும் பறவையே

அழகாய் தோன்றும் ஆண் மயிலும் பல
வண்ணக் கிளியும் பறவையே
பழகி மனிதனோடு பரவி பரவி ஒன்றி வாழும்
கோழியும் புறாவும் பறவையே

பழமே உண்ணும் பச்சைக் கிளியும் தானியங்கள்
பலதை உண்ணும் குருவியும் பறவையே
அழுகிய இறைச்சியை அவர்கள் உண்டு காட்டை
சுத்தம் செய்யும் கழுகும் பறவையே

வழுவழுத்த தோலாலான விரிந்த சிறகு
கொண்ட வெளவாலும் பறவையே
வழுக்கும் அண்டார்டிகா வறண்ட பனியில்
வாழும் பென்குவினும் பறவையே

நீரில் நிலையாய் நிற்கத் தெரிந்த கொக்கும்
நீந்தத் தெரிந்த வாத்தும் பறவையே
கூர்அலகால் மரத்தினை கொத்தி துளை
போடும் மரங்கொத்தி யும் பறவையே

கூர்நகத்தால் இருமடங்கு கூடுதல் எடையை
தூக்கி பறக்கும் பருந்தும் பறவையே
நீரிலிருந்து மேலெழும்ப வும் நின்று பறந்தபடியே
நீரிலிறங்கி மீன் பிடிக்கும் கிங்பிஷரும் பறவையே

சிறகில்லா கிவியும் சீர் ஈமுவும் சிறகிருந்தும்
பறக்க இயலா நெருப்பு கோழியும் பறவையே
சிறகின் வண்ணத்தில் வடிவத்தில் வேறுபாடு
இருந்தாலும் எல்லாம் பறவையே

பறவையே மனிதனின் பறக்கும்
யுக்திக்கு மூல காரணம்
பறவையே எச்சம் பறப்பதன் மூலம் விதைகளைத்
தூவி விருட்சம் வளர்க்கும் காரணி

முட்டையிட்டு குஞ்சு முறையாக பொரித்து தன் இனத்தை
பெருகச் செய்வது பறவையே
குட்டிபோட்டு பாலூட்டி கூடவே வளர்க்கும் வழக்கம்
கொண்ட வெளவாலும் பறவையே

நல்ல மீனை உண்ணும் நீர்ப் பறவையும் அதே
மீனுக்கே இரையாகும் பறவையும் உண்டு
கொல்லும் பாம்பை கொன்று உண்ணும் பறவையும்
பாம்புக்கே இரையாகும் பறவையும் உண்டு

நதிப்பெண்

உச்சி மலையில் பிறந்தநீ உன்பிறப்பிடம் தங்காது
பச்சிளம் குழந்தை யாய் பாறை இடுக்குகளில் தவழ்ந்து
இச்சை தரும் இளங் குமரியாய் கீழிறங்கி துள்ளி குதித்து
கச்சணிந்த மாதராய் காட்டில் பவனி வரும் காவியத்தாய் நீயே

சிறு ஓடையாய் சிற்றாறாகி சினுங்கிய சேயான நீ
பெருநதியாய் பெருக் கெடுத்து பெருங் குளமாகி ஏரியாகி
நீர் வீழ்ச்சியாய் பற்பல நிலத்தில் பரிமாணங்களாகிய நீ
ஆர்ப்பரித்து வளைந்து ஆடி நெளிந்து வரும் ஆடலழகி நீ

பிறந்த இடத்தினை பூவனமாக்கி பெருவிலங்கிற்கு
சிறந்த வாழ்விடமாக்கி கருமலையை பசுமையாக்கி
நிறைந்த நின்னுள் நீர்உயிரினங்களை உருவாக்கி
திறந்த வெளியில் திமிறி சீறிப்பாயும் சிங்காரி நீயே

நடந்த இடமனைத்தையும் நலமாக்கி வளமாக்கி
அடர்குழல் மங்கையாய் அழகாக பவனி வரும்உனை
சடங்கு சம்பிரதாய ம் என மாசாக்கும் மானிடரையும்
தடங்கலின்றி வாழவைக்கும் தரணித் தேவதை நீயே

கனவனாம் கடலை நோக்கி புறப்பட்ட உன்னை
மனம் போல் மார்தர் உன் இடைத் தங்கும் இடம்
அனைத்தையும் இடை மறித்து ஆக்கிரமிப்பு செய்வதால்
சினம் கொண்டு சிலநேரம் சின்னாபின்ன மாக்கி சிதைக்கிறாய்

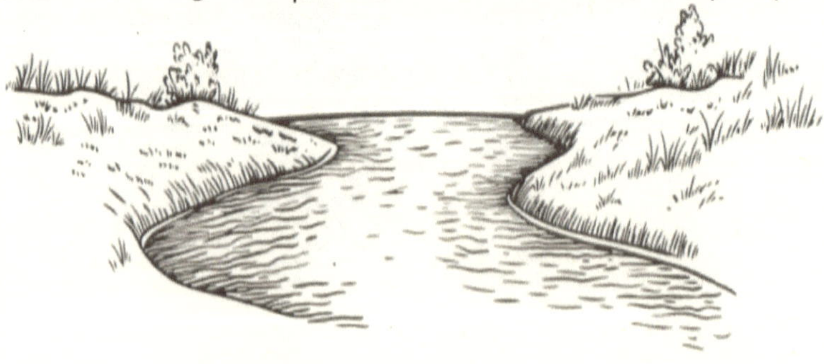

வைகறை

வங்கக் கடலின் வாலிப அலைகள் வாசல் தெளிக்க
தங்கக் கதிர்கள் தவழும் கீழ்வானில் வண்ணக் கோலமிட
பங்கய சிறகு விரித்து பறவைகள் சோம்பல் முறிக்க
எங்கும் இருள் திரை விலக்கி ஆதவன் அரங்கேறும் வேளை

அல்லி மொட்டை அழகு நிலவொளி இரவில் அவிழ்க்க
சில்லென வீசும் மெல்லிய தென்றல் மல்லிகையில் மோத
புல்லின் நுனியில் பூத்த பனித்துளி வைரமாய் பளபளக்க
கல்லின் ஈரத்தை காய வைக்க கதிரவன் காட்சி தரும் வேளை

வற்றாத சிற்றோடையில் வழிந்தோடி தெளிந்த நீர் சலசலக்க
கற்றாழைக் காட்டில் கண்விழித்த காடைகள் கிசுகிசுக்க
பொற்றாமரைக் குளத்தில் பூத்த தாமரை மொட்டு கிழக்கு நோக்க
முற்று இல்லா முதல்வன் சூரியன் சுடர் விடும் வேளை

தெளிந்த வானில் சிமிட்டிய வெள்ளிகள் மறைந்து போக
துளிர் விட்ட தளிர்கள் தாவரத்தில் தழைத்து நிற்க
களிப்போடு பால் குடித்த கன்றுகள் துள்ளி குதித்து ஓட
விளிம்பு நிலை மாந்தர் மேனி தொட்டு வெய்யோன்

காதல் காதல்

வெண்ணிலாவுக்கு உலாவும் வான்வீதி மீது காதல்
மண்ணிற்கு வீழும் மழைத்துளி மீது காதல்
கண்ணிற்கு காணும் பசுங்காட்சி மீது காதல்
வண்டிற்கு வீசும் வாச மலர் மீது காதல்

கருக்கொண்ட மேகத்திற்கு கடல் மீது காதல்
பெரும் உருக்கொண்ட மலைக்கு குளிர் மீது காதல்
கருத்த எருமைக்கு சேற்றின் மீது காதல்
அருட் பெரும் ஆதவனுக்கு உயிர் அனைத்தின் மீதும் காதல்

வீசும் காற்றுக்கு வெற்றிடத்தின் மீது காதல்
கூசும் வெளிச்சத்திற்கு இருட்டின் மீது காதல்
பாயும் நதிக்கு பள்ளத்தின் மீது காதல்
மேயும் மானுக்கு மேலான உயிர் மீது காதல்

ஆடும் அலைக்கு அசையாத கரை மீது காதல்
பாடுங் குயிலுக்கு வராது பட்ட மரத்தின் மீது காதல்
தேடும் உறவு கொள்ளாது தேய்ந்தவன் மீது காதல்
ஏடும் எழுத்தாணியும் கொள்வது ஈடில்லா காதல்

வானம்பாடிக்கு வசந்த காலத்தின் மீது காதல்
கானம் பாடுபவனுக்கு வட்டார கவிதை மீது காதல்
மானம் பெரிது ஆனவருக்கு ஒழுக்கத்தின் மீது காதல்
ஊனம் இருந்தும் உழைப்பவனுக்கு மானத்தின் மீது காதல்

தென்றல்

மலரின் வாசத்தை மண்ணில் பரப்புவது தென்றல்
விலாநோக நிற்கும் விரிந்த மரக்கிளையை தாலாட்டுது தென்றல்
நிலவொளி நித்திரை பறவைக்கு சாமரம் வீசுவது தென்றல்
சலசல நீரோடை நீரில் சல்லாபம் செய்வது தென்றல்

அலைபாயும் கூந்தலை கோதி ஆடவிடுவது தென்றல்
சிலைப் பெண்ணின் சிற்றிடையில் தாவணி வீசுவது தென்றல்
அலையோடு விளையாடி அலை கடலோடு உறவாடுது தென்றல்
மலைஅருவியில் குளித்து இளவெயிலில் தலை துவட்டுது தென்றல்

குளக்கரை நண்டோடு குதூகல நடைபயிலும் தென்றல்
விளக்கு தீபத்தை வருடி நர்த்தனம் ஆடுவது தென்றல்
இளம் மொட்டின் இதழ் அவிழ்ப்பது இனிய தென்றல்
தளர்ந்த மனதைத் தடவி புத்துணர்வு ஊட்டுவது தென்றல்

கிளையில்லா தென்னங் கீற்றில் தலை சீவுவது தென்றல்
வளைந்த வானவில்லை வளைத்து தூறல் அம்பு விடுவது தென்றல்
விளைந்த நெற்கதிரில் விசவி வளையோசை எழுப்புவது தென்றல்
துளை புல்லாங்குழலில் நுழைந்து கீதமாவது தென்றல்

நிலத்தின் வெப்பத்தை நீர்க்கச் செய்வது தென்றல்
சலங்கை சப்தத்தை சங்கீதம் ஆக்குவது தென்றல்
வலம்புரி சங்கில் ஓங்கி நுழைந்து முழங்குவது தென்றல்
குலுங்கும் சோலை மலர்களில் கூத்தாடுவது தென்றல்

கடல்

மும்மடங்கு பெரியது முழு நிலப்பரப்பை விட நீர்ப் பரப்பு
அம்மாபெரும் நீர்ப் பரப்பின் சுவையோ கரிக்கும் உப்பு
உப்பு நீரிலும் வாழும் உயிரோ பல்லாயிரம் கோடி
இப்புவியின் பெரிய உயிர் திமிங்கிலம் வாழ்வது ஆழ்கடலோடி

நிலத்தில் மட்டுமா உளது பரப்பில் பெரிய காடு மலை
சலசலக்கும் உப்பு நீர்க் கடலிலும் உளது காடு மலை
நலமாக வாழும் நல் உயிரை தன்னுள்ளே வைத்துக் கொள்ளும்
ஜலத்தினுள்ளே உயிர் அற்றதை வைக்காது வெளியே தள்ளும்

கோலமயில் கழுத்து போல் நாம் கண்ட கடல் நீலவண்ணம்
ஆலாகால நஞ்சு போல் ஆழ்கடல் பசிபிக்கோ பச்சை வண்ணம்
பால்போல் பனி போர்த்திய அண்டார்டிகா வெள்ளை வண்ணம்
வேல்விழி இடும் மை போல் கருங்கடலோ கருப்பு வண்ணம்

கப்பலும் நீர்மூழ்கியும் கடலில் தவழும் மனித படைப்பு
அப்படியே மணலை கொட்டி தீவு அமைத்தது மனித துடிப்பு
தப்பில்லா ஓடுதளத்தை கொண்டது விமானம் தாங்கிக் கப்பல்
உப்பிடும் கடலின்றி நிலத்திலும் அரிது உயிர் வாழ்தல்

பாலைவனம் கூட பல உயிர் வாழ புகலிடம் ஆகும்
சாலவும் நீர்கொண்ட சாக்கடல் ஓர் உயிரற்ற ஜடம் ஆகும்
கரை தாண்டாதவரை கடல் அலை நல்ல அழகு
கரை தாண்டினால் அது தண்டிக்கும் பெரும் அழிவு

ஆடிக் காற்று

இறந்த இலைகளை பறக்கச் செய்து உரமாக்கும் காற்று
சிறந்த விதைகளை நகரச் செய்து விதைக்கும் காற்று
உறங்கும் மரக் கிளைகளை அசைத்து பலமாக்கும் காற்று
பறவையின் சிறகை வலுவாக்க எதிர்த்து வீசும் காற்று

கோடை உக்கிரத்தை குறைத்து பருவத்தை மாற்றும் காற்று
வாடைக்கு முன் வரும் மழையை வரவேற்கும் காற்று
கூடைபோன்ற கைவிடப் பட்ட கூடுகளை பிரித்து எறியும் காற்று
ஓடையில் தேங்கிய கலங்கிய நீரை உலர வைக்கும் காற்று

விதைப்புக்கு ஏற்ற வீரிய பட்டத்தை உருவாக்கும் காற்று
சதைப் பழச்சாரை உலர வைத்து விதையாக்கும் காற்று
எதையும் எளிதாக இடமாற்றம் செய்யும் காற்று
வதைத்த வெயிலை விரட்ட வரமாக வந்த காற்று

புதுமணத் தம்பதியை பிரித்து வைக்கும் பொறாமைக் காற்று
செதுக்கிய கற்சிலையையும் நடனமாட வைக்கும் நல்ல காற்று
பதுமையின் ஆடையை பறக்க வைக்கும் பாசக் காற்று
மதுஉண்ணாத தேனியையும் தடுமாற வைக்கும் போதைக் காற்று

அம்மன் கோவிலில் கூழ் காய்ச்ச வீசும் ஆனந்த காற்று
செம்மண் பூமியை உழவடிக்க பதமாக்கும் உயிர்க் காற்று
பொம்மைக் கல்யாணம் கூட நடக்க ஒவ்வாத ஊழைக் காற்று
பம்மாத்து காட்டும் மானிடர் போல் பயங் காட்டும் பேடிக் காற்று

மரம்

மழை தருவது மரம் நிழல் தருவது மரம்
விளைந்த கனி தருவது மரம் நல்ல காற்று தருவது மரம்
இனிப்பான தேன் கூடு கட்ட இடம் தருவது மரம்
நனிப் பறவைகள் கூடு கட்டி வாழ இடம் தருவது மரம்

நச்சுப் பாம்பு நல்ல அணிலுக்கு கூட வாழ்விடம் மரம்
பச்சை மரப்பட்டை சாறை மருந்தாக்கி தருவது மரம்
உச்ச கசப்பு தரும் கொழுந்தாலும் நோய் தீர்க்கும் மரம்
பச்சை இலையை உலர்த்தி உரம் ஆக்குவதும் மரம்

மறையாத பச்சை மூலம் மாநிலத்தே குளிர்ச்சி தருவது மரம்
அறைகூவல் விடுக்கும் கரியமில வாயுவை உறிஞ்சுவது மரம்
முறையாக பிராண வாயுவை உமிழ்ந்து உயிர் காப்பது மரம்
குறை ஏதுமின்றி உலகிற்கு நிறையவே தருவது மரம்

ஆடுகளுக்கு ஆனைக்கு உணவு தருவது மரம்
வீடு கட்ட தேவையான சக்கை பலகை தருவது மரம்
ஏடுகள் ஆகும் காகிதம் தயாரிக்க பயனாவது மரம்
காடுகள் ஆகும் கலந்து பெரும் பரப்பில் வளர்ந்தால் மரம்

சந்தனம் சாம்பிராணி போன்ற நறுமணப் பொருள் தருவது மரம்
வந்து படுத்தும் பல நோய்க்கு மருந்து தருவது மரம்
வெந்து தணிய எரிக்கும் விறகு தருவது மரம்
மந்திரம் ஓதும் வேள்விக்கு குச்சிகள் தருவது மரம்

மேளம் வீணை போன்ற இசைக் கருவிகள் தருவது மரம்
தாளம் தரும் தம்புரா உடுக்கை தருவது மரம்
கட்டும் கயிறு தயாரிக்க நார் தருவது மரம்
வெட்டும் கோடாரியின் காம்பும் தருவது மரம்

பெருந் தேர் செய்யப் பெருந்தடி பயன்படுவது மரம்
விரும்பி உட்காரும் வீட்டு நாற்காலி தருவது மரம்
அரும்பிய மொட்டில் வாசனை திரவியம் தருவது மரம்
பருகும் நீர் காற்றோடு உலக உயிர் வாழ தேவை மரம்

மழை

உப்பு நீரை ஆவியாக்கி நன்னீராய்த் தருவது மழை
சப்பை நீர் நன்னீராவது மண் கலப்பால் ஆக்கும் மழை
செப்பும் மொழி போல் மண் கலப்பால் சுவை மாற்றும் மழை
தப்பு நமதால் வீடுகளை மிதக்க வைப்பது மழை

புவி வாழ் உயிர்கள் வாழ உணவு தருவது மழை
பவித்திர மாகப் போற்றப்படும் நதிக்கு நீராதாரம் மழை
தவித்த வாய்க்கு தண்ணீர் தந்து தாகம் தீர்ப்பது மழை
குவிந்து மலையான உறைபனிக்கு மூலாதாரம் மழை

வாழ வைக்கும் உயிரை வறட்சியாக்கி எடுப்பதும் மழை
வாழ வைக்கும் உயிரை வெள்ளத்தால் கெடுப்பதும் மழை
தாழ்ந்த பள்ளத்தில் தாவி விழுந்து அருவியாவது மழை
சூழ்ந்த அசுத்தத்தை ஒரே மூச்சில் சுத்தமாக்குவது மழை

குளம் குட்டை ஏரி என நீரைத் தேக்குவது மழை
வளமாக உயிர் வாழ வசந்தம் தருவதும் மழை
பாளமான பனியை வெயில் உருக்க உறைய வைத்தது மழை
தாளம் போடும் இடியால் தரைவாழ் உயிரை தகர்ப்பது மழை

கடலில் மட்டுமே பெய்து காணாமல் போவதும் மழை
படகு நாவாய்க்கு நீர் வழிப்பாதை தருவது மழை
இடர் தரும் பாறையை உடைத்து மணல் ஆக்குவது மழை
உடையா பாறையை உருட்டி உருண்டை கல் ஆக்குவது மழை

காற்று மண்டல நைட்ரஜனைக் கரைத்து உரமாக்குவது மழை
தூற்றும் மாசை துவைத்து வளி மண்டல காவலன் ஆவதும் மழை
போற்றுவோர் தூற்றுவோர் பேதமின்றி பெய்வது மழை
ஊற்றுக்கண் உயிர்கட்கு ஆவதால் போற்றுவோம் மழையை

வைகறை வணக்கம்

கடல் அலையோடு விளையாடும் காலைக் கதிரே வணக்கம்
அடர் வனத்தின் இருளைக் கிழிக்கும் அறச்சுடரே வணக்கம்
தடம் பதித்து தரணி எங்கும் தவழும் தளிரே வணக்கம்
முடங்கிய புவியை எழுப்ப முகம் காட்டும் ஒளியே வணக்கம்

புவிவாழ் உயிர்க்கு புத்துயிர் தரும் பொழுதே வணக்கம்
கவி எழுதும் கவிதைக்கு கரு தரும் கதிரே வணக்கம்
தவிக்கும் தாவர பச்சயத்திற்கு உயிர் தரும் ஒளியே வணக்கம்
செவிக்கு இசை தரும் பூபாளப் புதிரே வணக்கம்

முகிலைக் கிழித்து முகம் காட்டும் முழு ரவியே வணக்கம்
அகிலத்தின் ஆட்சிக்கு அழகு தரும் அலங்காரமே வணக்கம்
முகிழ்ந்து மொட்டை மணம் வீசச் செய்யும் மாயமே வணக்கம்
மகிழ்ந்த மலைப்பனி நதியாக உருக்கும் உறவே வணக்கம்

கீழ்வானைக் கிழித்து வர்ணஜாலம் காட்டும் செஞ்சுடரே வணக்கம்
ஆழ்கடல் வாழ் உயிர்கள் ஆனந்திக்க வீசும் ஒளியே வணக்கம்
சூழ்ந்த சுடரொளியை புவிக்குச் சூட்டிய செங்கதிரே வணக்கம்
ஏழ் இசை தரும் புள்ளினத்தை துயில் எழுப்பும் ஏகனே வணக்கம்

நுனிப் புல்லின் பனித்துளியில் ஒளிரும் ஒளியே வணக்கம்
கனிய வைக்க காயை கதகதப்பாக்கும் கதிரே வணக்கம்
பனியை விரட்டி பட்டொளி வீசும் பரிதியே வணக்கம்
தனி ஒருவனாய் ஒன்பது புவி ஆளும் ஓங்காரமே வணக்கம்

மோகித்த முகிலினங்கள்

மலை உச்சியில் மனதைத் தொலைத்த முகிலினங்கள்
நிலை தடுமாறி நிலத்தில் விழுந்தன மழையாகி
தொலைதூர மேகத்தில் தொங்கிய நீர்த் திவலைகள்
விலை மதிப்பிலா வைர முத்தாய் விழுந்தன மழையாகி

ஒளி உமிழும் நிலவை சிறை பிடித்த முகிலினங்கள்
வளி மண்டல வழியாக வழுக்கி விழுந்தன மழையாகி
களிறு போல் பெருத்த கருமேனி கொண்ட முகிலினங்கள்
துளித்துளியாய் சிதறி கண்ணீராய் சிந்தின மழையாகி

மோகம் கொண்ட முகிலினங்கள் மோதலிலே இடியாகி
தாகம் தீர்க்கும் தண்ணீராய் தரணியில் விழும் மழையாகி
வேகமாக கண் சிமிட்டி விழித்து நோக்கும் விண்மீனை
நோகாமல் நொடிப் பொழுதில் விழுங்கும் முகிலினமே

விளையாத வெண்பஞ்சு பிஞ்சு பஞ்சு மேகங்கள்
விளையாட்டுப் பொருளாகும் விண்வெளி உலவும் நிலவுக்கு
களையான முகம் கொண்ட கன்னி நிலவை
களவாடிக் கடத்துவதும் கார் மேனி கரு மேகங்களே

துகிலுரியும் துச்சாதனனாய் மேகத்தை காற்று விலக்கினாலே
முகிலினம் மறைத்த முழுமதி முகம் காட்டும் நாணத்தோடே
வகிரெடுத்த மின்னலாய் ஒளி பாய்ச்சும் இடி யினங்கள்
அகிலத்தை அதிர வைத்து அழகு ஒளியில் படம் பிடிக்கும்

என் காதலி

முற்றத்திற்கு வந்து ஒளி தரும் முழு நிலவு என்காதலி
குற்றாலத்தில் குதித்து விழும் குளிர் அருவி என் காதலி
வற்றாத நதியாகி வளம் சேர்க்கும் பொருனை என் காதலி
கற்றாழைக் காட்டில் கவிபாடும் காற்று என் காதலி

நந்தவனத்து நாதமாய் கீதம் பாடும் குயில் என் காதலி
அந்தரத்தில் அற்புதம் காட்டும் வானவில் என் காதலி
சுந்தரச் சுடரொளியால் உலகை எழுப்பும் சூரியன் என்காதலி
மந்திர மாயமில்லாது வானில் மிதக்கும் மேகம் என்காதலி

ஓயாது ஓடி கரையை முத்தமிடும் கடல் அலை என் காதலி
தீயாக வேலை செய்யும் தேனீக்கள் கூட என் காதலி
தேயாத குறி வைத்து இரையை தூக்கும் ராஜாளி என்காதலி
பாயும் நதி ஓரம் பவ்யமாக வளையும் நாணல் என் காதலி

மோகம் கொண்டு தோகை விரித்து ஆடும் மயில் என் காதலி
ஆகம விதி மீறி கோபுரத்தே வாழும் மாடப்புறா என் காதலி
நாகம் புகாதவாறு தொங்கு கூடு கட்டும் தூக்கனாங் குருவி
என் காதலி

மேகம் குளிர்ந்து சாரலாக தூவும் தூவானம் என் காதலி

கூடே கட்டாத குயில் குஞ்சை வளர்க்கும் காகம் என் காதலி
சூடே காணாத அண்டார்டிகா வாழ் பெங்குவின் என் காதலி
காடே அழிந்தாலும் கவலை கொள்ளா கரிச்சான் என் காதலி
வீடே மணக்கும் வியன்மிகு வாசம் தரும் மல்லிகை என் காதலி

நடந்தாய் வாழி காவேரி

அகத்தியர் கமண்டலத்தை காகம் சாய்த்ததாலா உருவானது
காவேரி
மகத்தான கதையை உருவாக்கி ஓட விட்டனர் காவேரியை
சுகமாக ஓரிடத்தில் ஆடு தாண்டும் அளவு சுருங்கிய காவேரி
பகுமானமின்றி பரந்து விரிந்து பாய்ந்து வருபவள் காவேரி

குடகு மலையில் பிறந்த குமரிக் குழந்தை காவேரி
தடம் பதித்து நடந்து ஆளானாள் தங்க மகள் காவேரி
அடம் பிடித்த கர்நாடகா தாய்வீட்டு அணையில் தங்குவாள்
காவேரி
புடம்போட்ட புதுப் பெண்ணாய் தமிழ் நாட்டில் புகுவாள் காவேரி

புகுந்த வீட்டில் புதுப் புனலாய் பொங்கி வருபவள் காவேரி
தகுந்த வீடு தமிழ்நாடே என்று தாவி வருபவள் காவேரி
மிகுந்த மகிழ்வோடு அகண்ட மேனியாய் ஆடி வருபவள் காவேரி
வகுத்த பாதையில் வலம் வந்து வளம் தருபவள் காவேரி

ஓடி வந்தவள் ஒக்கேனக் கல்லில் ஆடி அருவினாள் காவேரி
கூடி தமிழ் மக்கள் கொண்டாடி பரிசலில் வரவேற்பர் காவேரியை
நாடி வந்தவள் தமிழ்நாட்டை நலம் வளம் ஆக்குவாள் காவேரி
பாடி நாமும் பரவசம் கொண்டு படையல் வைத்து வரவேற்போம்

மேட்டூரில் தங்கும் அவள் மேவி டெல்டா முழுவதும் பாய்பவள்
நாட்டுப்புறப் பாடல் நாவில் நடமாட பெண்களை நாற்று நடச்
செய்பவள்

பாட்டுப் பாடி களை எடுத்ததும் கழனியில் பாய்பவள்
வேட்டை போல விளைச்சலை உறுதி செய்து தருபவள்

கல்லணைக் கால்வாயில் பிரிந்து வயலில் பாய்பவள் காவேரி
மெல்லத் திரும்பினால் கொள்ளிடம் வழி கடலில் கலப்பவள்
காவேரி
நல்ல தாயவளுக்கு மேலும் அணையாய் வீடு கட்டி அமர
வைப்போம்
வெல்லத்து இனிப்பா னவள் வெள்ள மாய் வந்தாலும்
வரவேற்போம்

புள்ளும் குழலும்

ஆலமரத்தில் அமுதகீதம் இசைத்தன பச்சைக் கிளிகள்
வேலமரத்தில் வேதம் ஓதி பேய் ஓட்டின சிட்டுக் குருவிகள்
கீழ்வானம் சிவக்கும் போது ஓங்கி ஊதின சேவல் சங்குகள்
யாழ் இசையாய் ரீங்காரம் செய்தன வனச் சில்வண்டுகள்

பண்ணிசைத்து பாசுரம் பாடின பசுஞ் சோலைக் குயில்கள்
கண்ணசைத்து களிநடனம் புரிந்து அகவின கான மயில்கள்
புண்ணிய கோபுர மாடத்தில் பூபாளம் பாடின மாடப் புறாக்கள்
கண்ட உணவை பகிர்ந்து உண்ண கரைந்தன காகங்கள்

தொங்குகூட்டில் தூளியாடி தாலாட்டு பாடின தூக்கனாங்
குருவிகள்

சங்குமலரில் தேனெடுக்க சிறகடித்து இசைத்தன தேன்சிட்டுகள்
மங்கா இசையோடு மங்களம் பாடின மாமர மைனாக்கள்
இங்கிதமின்றி இரவில் கூக்குரல் எழுப்பின கூகைகள்

சந்தனமர வாசனையோடு சங்கீதம் பாடின சாம்பல் கிளிகள்
வந்தனம்கூறி வந்தாரை வரவேற்றுப் பாடின வாத்துகள்
தந்தினத்தோம் சொல்லி தாளத்தோடு பாடின வீட்டுப் புறாக்கள்
அந்தி வானத்து அழகுக்கு ஆராதனை பாடின ஊர்க் குருவிகள்

வாள்வீச்சு போல் வலிமையான குரலை வாசித்தன பருந்துகள்
தாள்படத்தால் தண்ணீரில் தாளம் எழுப்பின தாராக்கள்
நீள்பார்வை வல்லூறை எச்சரிக்க கொக் கொக் இசைத்தன
கோழிகள்

நாள் முழுதும் ஒருகாலால் நங்கூரம் இட்டு ஊமையாயின
நாரைகள்

மீனாட்சிபுர ஆலமரம்

வேர் வெந்த பிறகும் விழுதால் தாங்கி நிற்கும் மரம்
தூர் செத்த பின்பும் தொடர்ந்து வளரும் மரம்
ஊர் முழுதும் படுத்து உறங்க நிழல் தந்த உன்னத மரம்
யார் நட்டார் யாம் அறியோம் இனி யார் காப்பார் அதுவும் அறியோம்

எண்ணிலடங்கா கிளை விழுது விட்டு வளர்ந்த மரம்
கண்போல் தொழுது காத்து விழுது ஊன்றி வளர்க்கப் பட்ட மரம்
பண்பட்ட மனிதர்களால் பாதுகாக்கப் பட்ட நல்ல மரம்
புண்பட்டு இன்று கைவிடப் பட்டு அனாதை ஆன மரம்

பருந்தும் காக்கையும் கூடுகட்ட இடம் தந்த மரம்
மருந்தாய் பல்துலக்க ஆல் விழுது அளித்த மரம்
விரும்பி பாதுகாத்ததால் அன்று விரிந்து வளர்ந்த மரம்
துரும்பாய் எண்ணி சிதைத்தால் கிட்டாது இனி இதுபோல் ஓர் மரம்

கிளிகள் குருவிகள் விரும்பி உண்ணும் பழம் தந்த மரம்
அளித்தது ஆலங் குச்சியை வேள்வித் தீக்கு இம்மரம்
நளினமாய் சுருண்ட விழுதில் சிறுவர் தூளி ஆடிய மரம்
களிப்புடன் ஓடி உச்சி வரை ஏறி மரக்கொம்பு ஆடிய மரம்

பழித்து யாரையும் பேசி எந்தப் பயனும்இல்லை
விழிப்புணர்வு வேண்டும் இம்ரத்தை வீழ்ந்திடாது வளர்க்க
ஒழித்து விடலாம் எளிதாக ஒன்றை உருவாக்கல் அரிது
அழியாதுகாப்போம் அழகிய் இயற்கையின் கொடை இம்மரம்

அன்றைய வானிலை அறிக்கை

ஈசானத்துல மின்னல் அடிச்சா
பாசாணத்துக்கு மழை பெய்யுமென
ஆசான் அறிந்து சொன்னதில்லை
வேசமில்லா விவசாயி சொன்னதுங்க

குளக்கரை மேல் ஏறி குறு நண்டு
வளை கட்டினால் கூடுதல் மழையால்
குளத்தில் நீர் உயரப் போகுதுன்னு
களத்தில் நின்று ஆடு மேய்ப்பவர் சொன்னதுங்க

தட்டாம்பூச்சி கூட்டம் கூட்டமாக
வட்டமிட்டு பறந்து வந்தால்
பட்டத்துக்கு மழை பெய்யுமென
கட்ட பாமரன் கணிச்சு சொன்னதுங்க

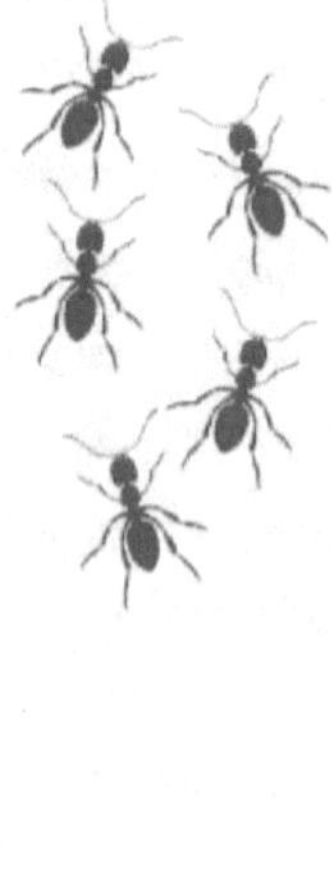

கொம்பு சுற்றி காற்று அடித்து
தும்பியும் தொடர்ந்து பறந்தால்
அம்புபோல் அடைமழை பெய்யுமென
நம்ம முன்னோர் அறிந்து சொன்னதுங்க

எறும்பு வாயில் இரை எடுத்து
இறுகிய உயரம் நோக்கி ஊர்ந்தால்
பெருமழை பேயாய் பெய்யுமென
உறுமி அடித்து உரக்கச் சொன்னாங்க

அந்தியின் ஆலாபனை

மஞ்சள் பூசிய அந்தி வானம் மங்கல முகமாய் ஜொலிக்க
கொஞ்சும் குங்குமமாக செஞ்சூரியன் தேகம் சிவக்க
விஞ்சி எழுந்த கடல் அலைகள் விண்ணை முத்தமிட
மஞ்சத்தில் துயில இருள் போர்வை போர்த்தினாள் பூமித்தாய்

தூறல் வாசல் தெளிக்க வெள்ளி புள்ளி வைக்க
கூறப்பட்டு உடுத்திய நிலாமகள் கோலமிட
ஆறப் பொறுக்காத அவசர மேகம் கோலம் அழிக்க
சோறு தண்ணி உண்ணாம தூங்கப் போனாள் பூமித்தாய்

மெல்லிசை வாசித்த புள்ளினம் இசை நிறுத்த
மல்லாந்து மலர்ந்த அந்தி மந்தாரை வாசம் வீச
அல்லியும் மொட்ட விழ்த்து சந்தனமாய் மணக்க
மெல்லிய துயிலில் மூழ்கத் தொடங்கி னாள் பூமித்தாய்

இளந்தளிரில் தவழ்ந்த தென்றல் இனிய சாமரம் வீச
அளப்பரிய வெப்பத்தால் தகித்த பூமி ஆசுவாசம் அடைய
வளமான நதியின் துள்ளல் சத்தம் தாலாட்டுப் பாட
விளக்கு ஒளியில் விழிமூடி துயில் கொண்டாள் பூமித்தாய்

விண்ணில் பனிமேவ வௌவால்கள் விழி திறக்க
தண்ணீர் தளர்ந்து குளிர தடாகத் தாமரை விழி மூட
பண் இசைத்த பறவைகள் தத்தம் கூட்டில் தஞ்சம் கொள்ள
மண்ணாண பூமித்தாய் மலர்விழி மூடி துயில் கொண்டாள்

முல்லை நிலம்

காடும் காடு சார்ந்த இடமும் சேர்ந்தது முல்லை நிலம்
ஆடு மாடு மேய்ப்போரின் அன்றாட மேய்ச்சல் நிலம்
வீடு கட்ட மரச்சாமான்கள் தரும் விளைச்சல் நிலம்
ஏடு தயாரிக்க காகிதக்கூழ் தரும் எழிலான நிலம்

பல்லுயிர் பெருக்கத்தின் பாரம்பரிய பச்சை நிலம்
புல்லை உண்ணும் விலங்கு ஒன்றி வாழும் இச்சை நிலம்
கொல்லும் விலங்கும் கூடி வாழும் அச்ச முள்ள நிலம்
கல்லையும் உருட்டி வரும் காட்டாறு ஓடும் வெள்ள நிலம்

புள்ளினம் உண்டும் தங்கியும் வாழ புகலிடம் தந்த நிலம்
துள்ளும் நதியோரம் பூத்த மலர்கள் புது வாசம் தரும் நிலம்
கள்ளுண்ட வண்டுகள் ரீங்காரம் பாடும் கந்தர்வ நிலம்
வள்ளலலான வானத்து மேகங்கள் பூ மழை சொரியும் நிலம்

புவி வாழ் மக்களுக்கு பிராண வாயு தரும் புண்ணிய நிலம்
கவிக் குயில்கள் கானம் பாடும் வானம் பாடி நிலம்
ஊர்ந்து வாழும் உயிரினங்களின் உறைவிடம் இந்நிலம்
சார்ந்து வாழும் மானிடர்க்கு சகலமும் தருவது இந்நிலம்

ஆயர்குல மக்கள் வாழ்வின் அடையாள நிலம் இந்நிலம்
தூய நன்னீரைத் தொடர்ந்து வழங்கும் நன்னிலம் இந்நிலம்
மாயோனைத் தலைவனாக ஏற்று வாழும் மானிடர் நிலம்
ஓயுதல் இல்லா உழைப்பால் உயர்ந்த நன்மக்கள் வாழ் நிலம்

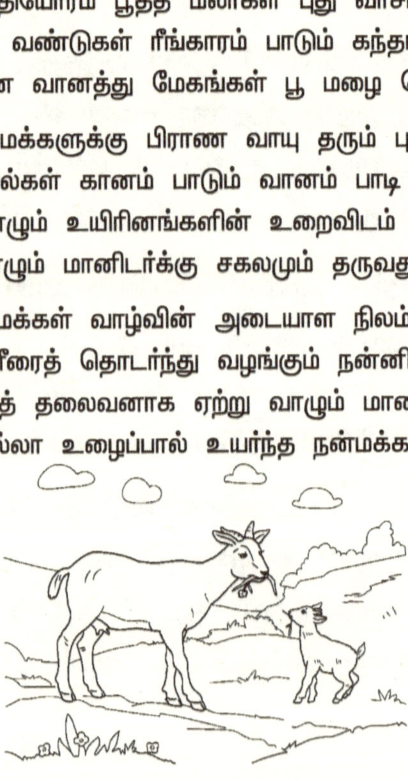

வெண்ணிலவும் செந்நிலவும்

கீழ்வானில் மலர்ந்த செந்தாமரை யாய் செஞ்சூரியன் விழிக்குது
ஆழ்கடலில் குளித்து ஆழிக் காற்றில் தலைதுவட்டி மேல்வருது
பாழ் இருட்டுக்கு பால் ஊற்றி விரட்டி பாரில் பவனி வருது
தாழ்ந்த மேகமோ தவழ்ந்து மறைத்து தற்காலிக இருள் தருது

கார்மேகம் விரிக்குது கருங் கம்பளத்தை நீளமான நீல்வானில்
நீர்கோர்த்த மேகக் கம்பளத்தை கீறிக் கிழிக்குது பளீர் மின்னல்
சீர்காற்று கிழிசலை தைப்பதால் ஆனது தையலின் பின்னல்
ஓர் ஒளி வீச்சில் சூரியன் வரைந்த ஓவியமே வானவில்

அந்தி வானில் ஆயிரம் வண்ணத்தை ஆதவன் வாரி இறைக்குது
பிந்தி வரும் நிலவுக்கு பூக்கோலம் இட்டு பூரித்து வரவேற்குது
செந்தூர திலகமிட்டு நிலவுக்கு வழி விட்டு விந்தியமலை செல்கிறது
நந்தியான மேகத்திடை நீந்தி நிலவு நல்லொளி வீசி உலாவுது

மண் பூமிக்கு செல்ல மகளான ஒற்றை நிலவே வெண்ணிலா
விண்ணில் விளையாடி வெள்ளியைப் பறித்து வீசுது பிள்ளைநிலா
எண்ணிலடங்கா விண்மீன் வீதியில் மின்னி உலவுது கன்னிநிலா
வெண்பஞ்சு மேகம் சவரி வீச பவனி வருது இளைய நிலா

பிறை நிலவாய் பிறந்து மெல்ல வளருது தவழ்ந்த பிள்ளைநிலா
முறையாய் வளர்ந்து முழுதாகி முகங் காட்டுது பருவநிலா
சிறைபிடித்து மேகம் பறை அறைந்து முழங்கும் போது பயந்த நிலா
குறைந்து தேய்ந்து அமாவாசையாகி மறைவது வாழ்வின் மெய்நிலா

காதல் பூமாலை

கனவுக் கன்னி

மூடிய விழியுள் நுழைந்து முகம் காட்டுகிறாள்
தேடிய திசைஎல்லாம் திரை ஓவியமாய் தெரிகிறாள்
பாடுங்குயிலின் பண்ணாய் குரல் கொடுக்கிறாள்
ஆடும் மயிலின் அழகிய அசைவுகளாய் நடக்கிறாள்

கள்ளமில்லா உள்ளம் புகுந்து கலகம் செய்கிறாள்
உள்ளங்கை உள்ளிருந்து உதடு பிரித்து சிரிக்கிறாள்
அள்ள அள்ள குறையாத நினைவுகளை திணிக்கிறாள்
தெள்ளத்தெளிவான நினைவுகளில் குதித்து நீந்துகிறாள்

வீசும் காற்றின் தென்றலாய் வாஞ்சையோடு வருடுகிறாள்
கூசும் வெளிச்சத்தில் ஒளி வெள்ளமாய் மிளிர்கிறாள்
பேசும் பேச்சில் பேரீச்ச கற்கண்டாய் இனிக்கிறாள்
மாசற்ற அன்பால் மனதை வதைத்து சமைக்கிறாள்

பூத்த பூக்களில் எல்லாம் பூமுகம் காட்டுகிறாள்
சாத்திய உள்ளக் கதவை உடைத்து உள்நோக்குகிறாள்
ஆத்தோரம் காத்து வாங்க கைகோர்த்து நடக்கிறாள்
சோத்துப் பருக்கைக்குள் புகுந்து தொண்டையில் விக்குகிறாள்

மோகம் பார்வை

விழிகள் பேசின வாய் மௌனித்தது
மொழிகள் தேவையில்லை மோகப்பார்வைக்கு
பிழிந்த தேனும் பலாச்சுளையின் சுவையும்
இழிவாகும் ஈடில்லாது இனிக்கும் இப்பார்வைக்கு

எதிர்துருவ காந்தங்களின் ஈர்ப்பும் தோற்கும்
மதிமயக்கும் மௌன மோகப் பார்வைக்கு
சதிராடும் சத்தங்கள் அனைத்தும் நிசப்தமே
குதிபோடும் நதிநீரும் தீர்க்குமா இத்தாகத்தை

மலர்ந்த மல்லிகை முல்லை யின் மணமும் தோற்கும்
சலனமற்ற மனங்களின் மணத்தின் முன்பு
நிலவின் வெளிச்சமும் நிறைந்த குளிர்ச்சியும்
கலங்காப் பார்வையின் கடும்வெப்பத்தை குறைக்குமா

கற்ற கல்வியின் மொத்த கூர்அறிவும் மழுங்கும்
சற்றும் சலனமில்லா சரிநிகர் நோக்கல் முன்பு
கற்றது என்ன கணநேர நோக்கலில்
உற்று நோக்கலில் மற்றெல்லாம் தோற்க உணர்வே வெல்லும்

வாலைக்குமரி

ரதியை மிஞ்சிய முழுமதி அவள்
சுதியை மிஞ்சிய சுரம் அவள்
ஜதியை மிஞ்சிய சலங்கை அவள் -சலசலக்கும்
நதியை மிஞ்சிய நாதம் அவள்

நேர்த்தியாக அணிந்ததால் அவள் ஆடை அழகானது
வார்த்த பொன்நகை வனப்பமிகு மேனியால் பொலிவுற்றது
பூத்த புதுமலர அவள் சூடியதால் புதுவாசமுற்றது - முற்றிலும்
தோத்தன நிலைக்கண்ணாடிகள் அவள் மேனியின் பிரதிபலிப்பால்

இடிமேகத்தின் இடைபடும் மின்னல் அவள்
அடிநாதத்தின் ஆதார சுருதி அவள்
கொடிதேடும் மரக்கிளையின் பசுந்தளிர் அவள் - நீண்ட
முடிபாதத்தை முத்தமிடும் மழைமேகம் அவள்

மானை மிஞ்சிய துள்ளல் அவள்து
தேனை மிஞ்சிய தேவார்மிதம் அவள்
மீனை மிஞ்சிய விழிகள் அவள்து - தொடமுடியா
வானை மிஞ்சிய வசீகரம் அவள்

அண்ணலும் அவளும் நோக்கினர்

பேசிய விழிகளுக்கு புரிந்தன வார்த்தைகளே
வீசிய தென்றலுக்கும் வேர்த்தன வியர்வைகளே
நாசியின் சுடுமூச்சு வாசித்தன நாயணங்களே
பாசியின் பச்சைகளும் பழுத்தன பார்வைகளாலே

ஓடிய கால்களுக்கு விலங்குகள் மாட்டினவோ
ஆடிய மனங்களில் ஆனந்தத்தின் நாட்டியமோ
பாடிய இதழ்களில் பாலும்தேனும் கொட்டியதோ
சூடிய மலர்களின் சுவாசம் போதை ஏற்றியதோ

மேகத்துள் மறைந்தது மோகந்தரும் வான்நிலா
தேகத்துள் துளிர்த்தது போதைதரும் தேன்நிலா
தாகத்தில் தவித்தது தள்ளாடிய தங்கநிலா
நாகத்தின் படம்போல் நாடிஆடியது பார்வைஉலா

ஆழிப்பெருங்கடலின் அலைதான் அறுத்திடுமா இந்நோக்கை
ஊழிப்பெருங்காற்று தான் ஊடுறுவுமா இந்நோக்கை
தாழியில் தூங்கும் தயிர் தான் குளிர்விக்குமா இந்நோக்கை

கேசாதி பாத வர்ணனை

கற்றை கற்றையாய் அலைபாயும் கார்கால மேகமாய்
நெற்றிப் பரப்பில் நின்றாடும் கருங் கூந்தலுக்கிடையே
ஒற்றை நட்சத்திரமாய் ஒளிவிடும் உந்தன்
நெற்றிப் பொட்டு ஓர் உன்னத அழகு

வான் மதிபோல் ஒளிவீசும் வட்ட முகத்தில்
கூன் பிறையாய் குவிந்துள்ள குறு நெற்றிக்கு கீழ்
நாண் ஏற்றிய வில்லாய் வளைந்த புருவங்கள்
தான் எய்த அம்புகளாய் வேல் விழிப்பார்வை வீச்சு அழகு

செம்பவளக் கன்னங்களும் செதுக்கிய நாயணமாய்
வெம்மூச்சு விடும் நாசியும் வெடித்த மாதுளையின்
வெண்முத்துக்களாய் பற்களும் வேர்ப்பலாவில் விளைந்த
பண்பட்ட பலாச்சுளை அதரங்களும் அள்ளுது அழகை

பொன்நகை அணிந்த வெண்சங்காய் கழுத்தும்
மென்னியிருந்து வெளிப்படும் கலகல சிரிப்பும்
பெண்ணிவளை பேரழகாய் படைத்த பிரமன்
கண்களிலும் காதல் முளைக்க வைக்கும் பேரழகு

வழுவழத்த வாழைத் தணடாய் வளைக்கரமும்
செழித்து வளர்ந்த செம்மாங் கனிகளும்
விளைந்த கனியை தாங்கும் விழதாய் களைத்து
காணாது மறைந்த இடையும் அழகு

எடுப்பான முன்னழகை தாங்காது கொடியான
இடுப்பு என்பதால் எழிலான பின்னழகில்
எடைகூட்டி சமன் செய்து நிமரச்செய்து
தடையின்றி தளிர்மேனி குலுங்கி நடப்பது அழகு

பருத்து கனத்த பளிங்கு போல் தொடைகளும்
தெருவில் படாதிருக்க தூக்கிச் செருகிய ஆடையின்கீழ்
கருப்பு மச்சத்தோடு பளிச்சிடும் ஆடுசதையும்
விரும்பி அணிந்த கொலுசும் கணுக்காலும் கொள்ளையழகு

பங்கய மலர்ப் பஞ்சுப் பாதமும்
தங்க வர்ணம் பூசிய விரல் நகமும்
செங்கதிரோன் கீழ்வானச் சிவப்பு நிறம் கொண்டு
அங்கம் முழுவதையும் தாங்கும் அடிப்பாதமும் அழகு

காதலி

செக்கச் சிவந்த வானில் வண்ணம் எடுத்து
தக்க பருவத்தில் பூத்த தாமரையில் முகமெடுத்து
நிக்காது நீந்தும் மீனில் விழி எடுத்து
சொக்கத் தங்கத்தில் வார்த்த பொன்மேனி இவள்து

எஃகும் இரும்பும் சேர்ந்த மன உறுதி கொண்டவள்
கக்கும் தீப்பிழம்பை கனிவான பார்வையால் அணைப்பவள்
பக்குவமாய் பழுத்த மாங்கனியாய் தேன்கனி கொண்டவள்
திக்குத் தெரியாத காட்டுத் தேனை கனி இதழில் கொண்டவள்

ஆற்றின் கரையோர நாணலாய் அசைந்து நடபபவள்
காற்று புகுந்த புல்லாங் குழலின் மொழிபேசுபவள்
நாற்றங்கால் பயிரின் நளின தேகம் கொண்டவள்
கூற்றுவனும் ஒதுங்கி கூர்பார்வை செலுத்தும் பேரழகி

வாள்வீச்சும் தோற்கும் இவள்விழி வீசும் பார்வைக்கு
தோள்பலமும் தோற்கும் இவள் சுட்டுவிரல் நீட்டலுக்கு
நாளும் பொழுதும் போதாது இவள்நவிலும் மொழிகேட்க
கோளும் தூரமல்ல இவள் கூப்பிட்டால் சென்றடைய

ஆடை கட்டிய நிலவு

மாமரத்துக் கிளியே மாங்கனிச் சுவையே
பூமரத்துத் தேனே புள்ளி மானின் மெல்லினமே
ஊமத்தம் பூவே ஒய்யாரக் கொண்டையே
தேமதுரக் குயிலே தெவிட்டாத முக்கனியே

அந்தரத்து ஆனிமுத்தே ஆகாயத்து விண்மீனே
செந்தூரச் சிவப்பழகே சுந்தரச் செழிப்பழகே
வெந்தயத்து நிறத்தழகே வேப்பம்பூ பல்லழகே
மந்தகாசப் பூவழகே மருதாணி நகத்தழகே

அரும்பிய பூமொட்டே அழகு வண்ணப் பொட்டே
விருட்சத்தின் இளந்தளிரே விரகதாபச் சுடரே
மருங்காபுரி மலையழகே மயில் போல் நடையழகே
கருமேகக் கார்குழல் அழகே கயல் விழி வீச்சழகே

பால்வண்ண மேனியழகே பவள வண்ண இதழகே
வேல் அன்ன விழியழகே வேந்தனை வீழ்த்தும் வடிவழகே
சூல் கொள்ளும் பருவமே சுகந்தம் பரப்பும் உருவமே
நால்வகை நறுமணமே நயணம் தரும் மெல்லிசையே

பருதியின் வெளிச்சமே பங்கய முகத்தழகே
மருக்கொண்ட கன்னமே மயக்கும் புன்னகையே
கரும்பின் இனிப்பே காதலின் முகப்பே
அருவியின் குளிர்ச்சியே ஆடை கட்டிய நிலவே

கும்பமேளாவில் ஓர் குத்துவிளக்கு

கும்பமேளா ஓவியமே குழிவிழு கன்னக் காவியமே
அம்பு விழியில் அழகிய நீலக்கல் பதித்த ஆபரணமே
தும்பி இறகாய் துடித்து பறக்கும் இமை கொண்ட தூரிகையே
வம்பு செய்யா வாலிபம் கொழிக்கும் வண்ணச் சிலையே

வறட்டுக் கூந்தலை வாரி கட்டி பின்னிய வானவில்லே
முறம் கொண்டு புடைத்த பின் ஒளி விடும் முழுநிலவே
பறம்பு மலையில் விளைந்த பன்னீர் பலாச்சுளையே
சிறகை விரித்தாடும் வண்ண மயில் அன்ன சிற்பமே

கங்கைக் கரையில் கண்டெடுத்த காவிய நாயகியே
சங்குக் கழுத்துக்கு ஈடாகுமா சரமாய் தொங்கும் பாசிமணியே
வங்கக் கடல் முத்தாய் மின்னும் வசீகரப் புன்னகையே
செங்கதிரோனின் கீழ்த்திசை ஒளியில் உதித்த செந்தாழமே

மத்திய மாநிலத்தில் மலர்ந்து விளைந்த மதுர மாதுளையே
சித்தங்கள் பலதில் சிறகடித்து வலம் வரும் சித்திரமே
மொத்த உலகையும் ஒரே விழாவில் ஈர்த்த மோகனமே
சுத்தத் தங்கத்தில் வடித்த உயிருள்ள தங்கச் சிலையே

சாது சன்னியாசி சாரை சாரையாய் களம் காணும் விழா
மாது இவள் மடைமாற்றி ஊடக பார்வை யில் வந்தாள் உலா
ஒப்பனை இல்லா ஒய்யார சொப்பன சுந்தரி இவள்
எப்புறமும் ஒளிவீசும் உயர்ந்த கோபுரக் கலசம் இவள்

இந்திர தேசத்து இளவரசியே இளமை ததும்பும் கலையரசியே
மந்திரப் புன்னகை மாயாவியே மானிட குல தேவதையே
அந்தி மஞ்சள் அலங்காரமே அழகு வண்ணப் பெட்டகமே
இந்த தேசத்து புதையலில் இருந்து வெளிவந்த தாரகையே

திருவிழா
தீப மாலை

தீபாவளி

தீப ஒளி ஏற்றி தித்திப்பாய் கொண்டாடும் நாள் தீபாவளி
சாபமெனும் இருளை சாகடித்து கொண்டாடுவது தீபாவளி
தூபமிட்ட துயரங்களை துடைப்பது தீபாவளி
கோபதாபம் தணிந்து கூடிகொண்டாடுவது தீபாவளி

நரகாசுரனை வதம் நாரயணன் செய்ததால் தீபாவளியா
அரக்கன் எனும் அசுத்தங்களை அகற்றவே தீபாவளி
சிரத்தில் எண்ணெய் சீயக்காய் வைத்து குளிக்கவே தீபாவளி
கரத்தில் மத்தாப்பு கம்பி பிடித்து மகிழவே தீபாவளி

மத்தாப்பும் பட்டாசும் மாசென்கிறது ஓர் கூட்டம்
கொத்து கொத்தாய் கொசு ஒழியும் என்கிறது ஓர் கூட்டம்
நித்தம் மாசாக்கும் நிறைந்த வாகனப்புகை குறைக்க வழிவேணும்
குத்தம் சொல்லி குதூகல திருவிழாவை குலைக்க வேணாம்

திருநாள் விழாக்களுக்கு தீடீர் காரணம் தேடவேண்டாம்
ஒருநாள் மகிழ்வால் கோபம் மனச்சுமை குறையுமே
பெருநாள் என்பதால் பெருமே இல்லந் தூய்மை பெறுமே
நெருங்கிய சுற்றத்தோடு நெகிழ்வுக்கு ஓர்நாள் வேணுமே

புத்தாண்டு

புவியின் முழுமையான சுழற்சியே ஓர் ஆண்டு
அவியல் செய்து கொரோனாவைப் படைத்தது சென்றாண்டு
தவிடு பொடியாகியது அற்புதமான ஆண்டு என
செவிக்கினிய ஆரூடம் சொன்ன ஜோதிடம் மாண்டு

ஒன்றுகூடி உலகமே வரவேற்றாலும் வளம் தருமா
என்றும் போல் யதார்த்தமான ஓர்நாளகவே வருமா
சென்ற ஆண்டில் என்ன சாதித்தாய் பெருமையாக
நன்று தருமா வருமாண்டு தானாக ஏதும் அருமையாக

கொண்டாட்டமென கூட்டம் கூடி கொரோனாவை வரவேற்கிதீர்
திண்டாட்டம் பின் நமக்கே என புரிந்து செயல்படுவீர்
வண்டாட்டம் மலர்மது குடித்து ஆடி மயங்காதீர்
நண்டாட்டம் வளை தாண்டினால் நட்டமே என உணர்வீர்

சென்றாண்டு வருமாண்டு எதுவாயினும் பலன் உயர்
உன்டென்றால் முயற்சியால் மட்டுமே என உணர்வீர் தொடர்
நன்மை வேண்டுமாயின் விடாது பயிற்சி கொள்வீர்
அன்பால் மட்டுமே ஆனந்தம் கிட்டும் என்று அறிவீர்

புத்தாண்டு வாழ்த்துக்கள்

பிறந்தது புத்தாண்டு புன்முறுவலோடு
நிறைந்த நிம்மதி நீண்டு பெருகட்டும்
மறைந்து போகட்டும் மனச் சங்கடங்கள்
சிறந்த செய்கையால் செம்மையாவோம்

கழிதலும் புகுதலும் காலத்தின் மரபுதானே
எழிலான எண்ணங்கள் ஏக்கங்கள் நிறைவேறட்டும்
சுழிபோட்டு சுழலும் சீற்ற வெள்ள மல்லாது
பழியில்லா அமைதியான பழகிய வெள்ளம்போல்
விழிநிறைய விரும்பி வேண்டியது கிட்டட்டும்

உதிர்ந்த சருகு உயர்நிலையாய் மீண்டும் ஒட்டாது
புதிய தளிர் பூத்து துளிர் விடட்டும்
அதிர்வில்லா அமைதி அகிலத்தில் அமையட்டும்
மதிவெளிச்சம் இருள் மாணிடத்தே நீக்கட்டும்

யுத்தங்கள் வரும் யுகத்தில் ஓயட்டும்
சத்தங்கள் மாறி சந்தங்களை ஓரங்கட்டும் குறையட்டும்
பித்தங்கள் தெளிந்து பிரியங்கள் ஓங்கட்டும்
நித்தம்நூறு நன்மை நானிலத்தே பயக்கட்டும்

அடர்வனத்து பசுமையாக அன்பு அமையட்டும்
சுடர் விளக்கு தீபமாக சுகம் கிடைக்கட்டும்
இடரில்லா இனிமையாக இவ்விரண்டு அமையட்டும்
திடநம்பிக்கை திண்மையான தெளிவு பிறக்கட்டும்

கடந்ததில் நல்லதை கடத்திடது திரட்டி சேமிப்போம்
நடப்பது நல்லதாகவே நாளும் நடக்கட்டும்
அடைபடா ஆனநதம் அகிலத்தில் பெருகட்டும்
தடைபடாத தர்மம் தரணியெங்கும் நிலைக்கட்டும்

தமிழர் திருநாள்

உழவு இல்லாது இவ்வுலகம் இல்லை தானே
அழகுக்கும் அறிவுக்கும் அருமை உணவு தேவை தானே
உழவு அறுவடையை உயர்த்துவது அவசியம் தானே
அழகான அறுவடை ஆரம்ப நாளே தமிழர் திருநாள் தானே

தமிழராய் பிறந்தவர் தரணியில் அனைவரும் கொண்டாடும் நாள்
அமிர்தமாய் பொங்கலிட்டு ஆடிப்பாடி அகமகிழும் நாள்
மதபேதம் தொலைத்து மகிழ்வோடு கொண்டாடும் நாள்
பதமான பச்சரிசியில் பொங்கலிட்டு படையலிடும் நாள்

கதிரவனே பொங்கல் நாளின் கடவுள் ஆவான்
கதிர் விளைய அவனே காரணமானவன் அவனே ஆவான்
அதிமதுரப் பொங்கல் அடிக்கரும்போடு ஆதவனுக்குப்
பொங்கல் படைப்போம்
உதிக்கும் முன்னே உயர் வான் கதிரவனுக்கு படையலிடுவோம்

கதிரவனுக்கு மட்டுமா கால்நடைக்கும் வைப்போம் பொங்கல்
அதிகமாக கழனியில் அயராது உழைத்த கால்நடைக்கும்
பொங்கல்

புதுநெல்லில் எடுத்த புத்தரிசியில் வைப்போம் பொங்கல்
புதுப்பானை வாசணையோடு பொங்கல் வைப்போம் பொங்கல்

ஊரெங்கும் புரளும் உற்சாக விளையாட்டுப் போட்டி
பாரெங்கும் பறை சாற்றும் பண்பாட்டுப் போட்டி
வீரத்தோடு குதித்து வாடிவாசல் தாண்டும் காளையை ஒட்டி
ஆரமுதுண்ட வீர ஆண்கள் மோதும் காளைபிடிப் போட்டி

தைப்பிறந்தால் வழி பிறக்கும் என்பது பழமொழி
தையலின் மணப் பந்தத்திற்கு தையிலே பிறக்கும் வழி
மையல்கொள் மங்கையை மணமுடிக்க போடும் சுழி
கைப்பிடித்த மாட்டிடுவான் காளை கன்னியின் கயல்விழி

குடியரசு நாள்

ஆங்கிலேய முடி யாட்சியை
ஒழித்து குடியாட்சி ஆன நாள்
ஓங்குயர் அரசியல் சாசனத்தை
அங்கீகரிக்கப் பட்ட நான்
தீங்கிலா தூய குடியாட்சி
முறையாக ஏற்ற நாள்
பாங்குடனே மக்கள் அதிகாரத்தை
பகிர்ந்து அளித்த நாள்

தில்லி செங்கோட்டை யில் கொடி
முதல் குடிமகன் ஏற்றும் நாள்
வல்லமை பொருந்திய வான்படை
பூச்சொரியும் அதன் தாள்
எல்லையில் வீரத்தோடு போரிட்டு
எதிரியின் உயிர் பறித்து
பொல்லாத பகைவென்று வீரர்க்கு
பதக்கம் அணிவிக்கும் நாள்

பறைசாற்றும் பாரெங்கும் படை
பலத்தை கண்கவர் அணிவகுப்பு
நிறைந்த பராக்கிர மத்தின்
நீட்சியே ஆயுத அணிவகுப்பு
கறையில்லா இப்படை பணி
எல்லையில் தொல்லை ஒழிக்க
அறைகூவல் யார்க்கும் விடுக்க
அல்ல அமைதி காக்க

முப்படையின் தானைத் தளபதி
யாக அதிகாரம் பெற்றவர்
இப்பேரணி தரும் மரியாதையை
ஏற்கும் குடியரசு தலைவர்

தப்பில்லாத தாளத்தோடு தடம்
மாறாது நடைபோடும் போது
ஒப்பில்லாத உயர்ரக மிடுக்கும்
ஒருங்கே வெளிப் படுது

அலங்கார ஊர்தியின் அழகிய
உலா பின் தொடரும்
கலாச்சார பண்பாட்டை உலகுக்கு
களிப்புடனே பறை சாற்றும்
விலா எலும்பு உறையும் அளவு
வீசும் பனிக் காற்றோடு
சிலாகித்துக் கொண்டு செல்வர்
அனைத்து பங்கேற் பாரும்

தேசம் எங்கும் கட்சி அலுவலகம்
உட்பட தேசியக்கொடி பறக்கும்
வாசம் வீசும் மலர்களின் தூவல்கள்
வானின் ஒளியை மறைக்கும்
நேசம் கொண்ட நெஞ்சில் எல்லாம்
தேசபக்தி நிறைந்து ஓங்கும்
தேசத்து வாசிகள் எல்லாம் உளமாக
புளங் காகிதம் கொள்வோம்

தமிழ் புத்தாண்டு

சித்திரையா தையா தமிழ்
புத்தாண்டு இருவேறு கருத்துகள்
வைகாசியில் வலம் வருவாள்
கிராம கோவில் திருவிழாவில்

ஆனியில் மஞ்சனம் இட்டு
வசந்தத்தை வர வேற்பாள்
ஆடிப்பட்டம் விதைத்து மரத்தில்
ஆனந்த நர்த்தனம் ஆடுவாள்

ஆவணியில் அழகு மங்கையாய்
புது தாவணி போடுவாள்
புரட்டாசியில் வேண்டாள் திருமணம்
புரட்டு ஆசி என்பதால்

ஐப்பசியில் அடைமழையில்
செய்வாள் அழகு திருமணம்
கார்த்திகையில் காரிகை விளக்கேற்ற
காளையர் விரதம் இருப்பர்

மார்கழியில் வைகறைப் பனியில்
ஆலயத்தில் ஆலாபனை செய்வாள்
தையில் தைதை தாளமிட்டு
விளைச்சலை அறுவடை செய்வாள்

மாசியில் மகசூலை விற்று
காசாக்கி மகிழ்வாள்
பஙகுனியில் இளநீர் பதனீர்
பருகி தாகம் தணிப்பாள்

தேர்தல் திருவிழா

அகில உலகின் ஆகப் பெரும் ஜனநாயகத் திருவிழா
மகிழ்வோடு களம் காணும் மாவீர வேட்பாளர் வீதியுலா
துகில்மூடி முக்காடோடு துட்டுப் பணநாயகமும் பங்கு பெறும் விழா
சகிப்புடன் வேட்பாளர் சகல தொழிலிலும் வித்தை காட்டும் விழா

மெய்களை பொய்யாக்கி போடப் பரப்புரை செய்யும் பகட்டு விழா
பொய்யை மெய்யாக்க புரட்டு ஜாலம் காட்டும் விழா
நெய்போல் மணக்க நிறையப் பேசி கைகூப்பி பவனி வரும் விழா
வெய்ய கதிரோனின் வெட்கையிலும் ஓட்டு வேட்டை ஆடும் விழா

வாக்குறுதியை அள்ளி வீசி வர்ண ஜாலம் காட்டும் விழா
வாக்காளனை மதி மயக்கும் வார்த்தை ஜாலம் காட்டும் விழா
ஏக்கத்தோடு எகத்தாளம் இன்றி இறங்கி பவ்யமாக வாக்கு கேட்கும் விழா
நாக்கின் வித விதமான நடனத்தில் அபிநயம் காட்டும் விழா

பொதுவாழ்வில் நேர்மை போதிய தூய்மை எல்லாம் புரட்டு ஆன விழா

மதுவும் புலாலும் மணக்க பரிமாறி கூட்டம் சேர்க்கும் விழா
எதுவும் செய்து வெற்றியை எட்டி தனதாக்க திட்டம் தீட்டும் விழா
பதுமை போல் பாமரரை பகடை காயாக உருட்டும் விழா

வாக்களிப்பது உரிமை கடமை என விழிப்புணர்வு பரப்பும் விழா
ஆக்கப்பூர்வமாக ஆள்பவரைத் தேர்வு செய்ய நடக்கும் விழா
ஊக்கமிகு பொது வாழ்வினரின் உயர் நேர்மையைத் தேடும் விழா
வாக்காளனோ சுய நேர்மை மறந்து வாக்குக்கு துட்டு தேடும் விழா

அரசியலை பணம் கொழிக்கும் அரிய வர்த்தக மாக மாற்றிய விழா
பரம ஏழைக்கு ஏராளமாக ஏதோ செய்ததை பிரகடணப் படுத்தும் விழா

சிரசின் மேல் சத்தியம் செய்து வாக்கு கேட்கும் விழா
அரசு அமைந்த பின் அத்தனைக்கும் நடக்கும் மூடுவிழா

பகுத்தறிவு பாமாலை

தெய்வ நிந்தனை அல்ல உண்மை தேடல்

அடைக்கலாம் கமண்டலத்துள் அடங்காக் காவேரியை என்றால்
சடைமுடிக்குள் முடியலாம் சமுத்திர கங்கையை என்றால்
நடக்கும் ஓரடியால் நற்புவியை அளக்கலாம் என்றால்
அடங்காப் பிடாரியான ஆதிக்க கொரோனாவை முடியாதா
வென்றாள

திருமாலும் சிவனும் திருச்சபை இயேசுவும் அல்லாவும்
அருமருந்து தருவார்களா ஆடும் கொரோனாவை கொன்றழிக்க
பெருவாரியான மக்களால் போற்றப்படும் கடவுள்கள்
திருவுளம் திறப்பார்களா தீராத இந்நோயை ஒழிக்க

தெய்வத்தால் இந்நோய்க்கு தீர்வில்லை என்றறிந்த போதும்
மெய்வருத்தும் நேர்த்திக் கடன்களை மேதினியில்
நிறுத்தவில்லை நாம்
தெய்வத்தால் நோய் தீராது என்றால் இறைமறுப்பாளன் முத்திரை
தெய்வம் இந்நோய்க்கு தீர்வளிக்கும் என்பதற்கு என்ன
உத்தரவாதம்

விஞ்ஞானமும் ஆராய்ச்சியுமே விடையாய் அருமருந்து தரும்
என்றபோதும்
அஞ்ஞானத்தின் மீதான அளப்பறிய ஆர்வம் குறைவதில்லை
முகக்கவசம் அணிந்தோம் முழுவதும் நோய் பரவலை தடுக்க
அகம்வாழும் கடவுளின் ஆலயக் கதவையே சாத்தி
கவசமாக்கினோம்

படுக்கை தேடி அலைந்தோம் பரிதவித்து மருத்துவமனயில்
தடுக்கும் தெய்வமென தட்டவில்லை யாரும் ஆலயகதவுகளை
அடுக்கடுக்காக கொரோனா அதிகரித்தபோதும் ஆண்டவனை
நாடவில்லை

தடுப்பூசிக்கும் ரெம்டெசிவருக்கும் தடுமாறி வரிசைகட்டி
நின்றோம்

வேப்பிலையும் கபசுர குடிநீரும் வேர் மஞ்சளும்
காப்புகளாக அரணாக காக்கும்மென நினைத்தோம்
ஆரம்பத்தில் முடிவில்
தடுப்பூசியும் முகக்கவசமுமே தடுக்கும் உண்மையான காப்பென
விடுப்பு கொடுத்து விட்டோம் வேப்பிலைக்குயின்று

தெய்வ வழிபாடு தீயதை அகற்றி மக்களை நல்வழிப்படுத்த அன்று
பயம் உண்டாக்கி பாரில் குற்றத்தை குறைக்கவே உருவாக்கியது
கயவர்கள் கடப்பாரையால கடவுளையே கடத்துகிறார் இன்று
தெய்வபக்தி உடையோரும் தீவிர சத்தியவானல்ல சந்தர்ப்பவாதியே

நல்லவர் செய்த ஞாயங்கள்

குருடனாய் பிறந்ததால் குருகுல மகுடம்
மறுக்கப் பட்டது ஞாயமோ
அருகதை இல்லைஎன அவமதித்தவனை
மீள அரசனாக்கியது ஞாயமோ
துறவிதந்த மந்திரத்தை தொட்டு உரசியபோது
உதிரத்தில் உதித்த உத்தமனை
உறவு சொல்லாமல் ஓடிவரும் நம்
ஆற்றில் ஓடவிட்டது ஞாயமோ

சொல்லித் தராத சுய கல்விக்கு
கட்டை விரலை கேட்டது ஞாயமோ
கல்வி கிடைக்காத காலத்தில் அந்தனனென
பொய் சொல்லி கற்றது குற்றமா
மறந்து போவாய் மதிப்பாய் கற்ற கல்வியை என
ஆசானே சாபம் அளித்தது ஞாயமோ
திறன் இருந்தும் தீட்டால் அருகதை இல்லை என
சுயம்வரத்தில் அவமதித்தது ஞாயமோ

வீழ்த்த இயலா வீரமிகு கிழவனை வீழ்த்த
பெண்ணை முன்னிறுத்தி பின்னிருந்து
கீழ்த்தரமாக அம்பெய்து கீழே அம்புப்
படுக்கையில் கிடத்தியது ஞாயமோ
பொய்யை மெய்யென நம்பி போர்க்களத்திலே
தவத்தில் அமர்ந்த குரு தலையை
கொய்து சாய்த்தது எந்தத்
தர்மத்தின் படி ஞாயமாம்

சேற்றில் புதைந்த தேர்ச் சக்கரத்தை
தனியாக சாரதி இல்லாது தன்
ஆற்றல் கொண்டு வெளிக் கொணர நின்ற
நிராயுதபானி மீது அம்பெய்தது ஞாயமோ

தர்மத்தின் பால் தீவிர அன்பு கொண்டார்களை
கொல்ல அதர்மத்தை ஏற்றது ஞாயமோ
கர்ம வினைப் பயனே காரணம் இவை
என கடந்து போவதும்ஞாயமோ

அனைத்தும் அறிந்த மாயன் அறிவழியை
நேர்வழியை பின்பற்ற வில்லை என
கனைதொடுக்கும் வினா வுக்கு தர்மத்தை வெல்ல
அதர்மத்தை ஏற்கலாம் என்பது ஞாயமா
அமைதி வழியில் அருமைத் தீர்வு காண
அனைத்தும் அறிந்த ஆயர் தலைவன்
சமைத்த கறி விருந்து தான்
இம் மாபெரும் பாரதப் போர்

ஆரூடம்

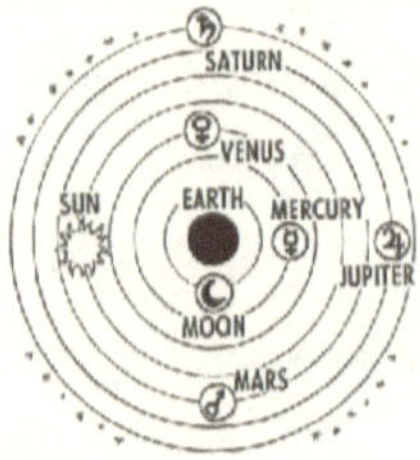

ரவியை சுற்றும் ராசிக் கோள்களின் நீள்வட்ட சுழற்சி
புவிவாழ் மானிடப் புது வாழ்வை எப்படி தீர்மானிக்கும்
புவியும் இக்கோளில்களில் ஒன்றே பொதிந்த பிறக்கும் மானிடரை
நவத்தின் இதர கோளின் சுழற்சி எங்கனம் பாதிக்கும்

ஆருட நவக்கிரகத்தில் அக்னி சூரியனும் ஒன்று
தீரா அனுப்பிளவில் தகிக்கும் சூரியன் அறிவியல் படி
நேராக நிற்கும் சுழலாத மைய நட்சத்திரம் ஆகும்
வேராக நடுநாயகவேரான சூரியன் எப்படி கிரகம் ஆகும்

சந்திரனும் ஆருட நவக் கிரகத்தில் சுற்றும் ஒன்று
விந்தை யாதெனில் சந்திரன் புவியின் துணைக்கோள்
சிந்தையில் இதைக் கொண்டுடால் உண்மை விளங்காதோ
மந்தை ஆடுபோல் மயங்கிச் செல்வது ஞாயமோ

அமிர்தம் உண்ட அரக்கனின் தலை முண்டமே
திமிறி உயிர் பெற்று திரு ராகு கேது ஆனதாவது ஐதீகமே
இல்லாத இவ்விரு இணை நிழல் கிரகங்கள் எங்கனம்
பொல்லாத செயல் புவியில் புவிவாழ் மனிதனுக்குச் செய்யும்
மனித வாழ்வில்

வாக்ய கணித என பஞ்சாங்கமே இருவகை
தாக்கம் ஏதுமில்லை தர்க்கம் நடக்கிறது எது சரியென
நோக்கில் இரண்டுமே நேராண அறிவியல் படி சரியில்லை
ஏக்கம் கொளாதீர் ஏற்றம் ஆரூடம் தருமென எண்ணாதீர்

சுடர்மிகு அறிவே விடை காணணும்

தயக்கம் எனும் மயக்கம் தடையாவதை தகர்ப்பது நன்று
வியக்கும் வண்ணம் விரிந்த பார்வை வீசுவது நன்று
இயக்கம் தரும் உறுப்புகள் பழுதின்றி இயங்குவது நன்று
பயக்கும் நன்மைக்கு மனதும் உடலுமே பலமாவது நன்று

பிற்போக்குத் தனத்தை புறந்தள்ளி முன் செல்லல் நன்று
முற்போக்கு எண்ணத்தை முடக்காத முயற்சி நன்று
கற்றலைப் புரிந்து கருமெய்ப் பொருளை ஏற்று நடத்தலே நன்று
சொற்களை உதிர்க்கும் போது சிறு உளரலைத் தவிர்ப்பது நன்று

தலைவிதி என தடை போடுவதை தகர்ப்பது நன்று
அலைகடலை மனிதனே ஆள்பவன் என மனதில் கொளல் நன்று
வலைவீச இயலா விண்மீனையும் வசப் படுத்தும் பார்வை நன்று
தொலைதூரப் பார்வையே தேடலின் வித்தென உணரல் நன்று

மண்ணை வளப்படுத்தி மாசறக் காத்தலே நன்று
பெண்ணைச் சமமாக புறந்தள்ளாது சமமாக பாவித்தலே நன்று
உண்மை நேர்மையோ இரு கண்ணெணக் கொளல் நன்று
கண்ணால் கண்டதைக்கூட கனி அறிவால் பகுத்தறிவது நன்று

அன்பொன்றே உலகாளும் ஆயுதம் என் றறிவது நன்று
இன்னபிற ஆயுதம் எல்லாம் அழிக்கும் என் றறிவது நன்று
நன்னாள் என்பது இந்நாளே என்று எண்ணல் நன்று
நின்று களத்தில் களமாடி வென்று சாதிப்பதே நன்று

குற்றவாளிக் கூண்டில் கௌதமர்

அகலிகையை இந்திரன் அடைய கொண்டான் தீரா ஆவல்
பகலவன் உதிக்கும் புனித வேளையை உணர்த்தவே கூவும் சேவல்

சேவலாய் உருமாறி சேட்டை இந்திரன் அர்த்த ஜாமத்தில் கூவினான்

கூவலால் விழித்த கௌதமர் குளிக்க கங்கை சென்றார்

ஆவலான இந்திரன் அசல் கௌதமராய் மாறி பூவையைக் கலவினான்

தேவ கூடலில் தீவிர வேறுபாடு உணர்ந்தும் விலக்காது உடன் பட்டாள்

துருவ நட்சத்திரம் தோன்றாதது கண்டு முனிவர் குழம்பினார்
கரும் இருளே உளது காலைப் பொழுது புலராத தைக் கண்டார் கௌதமர்

பெருந்தவறு எனப் புலம்பி திரும்பியவர் கண்ட காட்சியால் கோபமானார்
திருஇந்திரனின் கொடுஞ் செயலால் கடுங் கோபம் கொண்டார்
பெருஞ்சந்திர முகமுடைய பெண் மனைவி நடுங்கி ஒடுங்கி நின்றாள்
உருக் கொள்வாய் கல்லாக என கடுஞ் சாபம் அளித்தார் முனிவர்

அபயம் கேட்டு அழுது மன்றாடிய மனைவி கண்டு கோபம் தணிந்தார்
உபாயம் சொன்னார் உரிய பின்னாளில் இராமன் என்பான் வருவான்

அவன் கால்பட்டு அழகிய பெண்ணாவாய் என விமோசனம் அளித்தார்

எவனோ வருவான் என வருங்காலம் உணர்ந்த முனிவருக்கு

கொக்கரக்கோ என வாசலில் கூவிய சேவலை ஏன் உணரவில்லை

திக்கு கிழக்கே வெளுக்க வில்லை என ஏன் அறிய இயலவில்லை

முக்காலமும் உணர்ந்த வருக்கு முக்கிய தப்பு நடக்குமென ஏன் தெரியவில்லை

இக் காரணங்களால் கௌதமரைக் குற்றவாளிக் கூண்டில் நிறுத்தலாம்

விதியா?
சதியா?

மனித வாழ்வில் முடிவுகளை நிர்ணயிப் பது விதியா
இனிய வாழ்வில் இடையூராகும் அவலம் விதியா சதியா
தனி மனித தவறிலிருந்து தப்பிக்க கண்டதே விதியா
நுனிப்புல் மேய்வதால் நூதனமான ஏமாற்றே விதியா

தலைவிதி என தளர்ந்து விட்டால் வாழ்வே தடுமாறும்
நிலை தடுமாறாது நிமிர்ந்து நின்றால் மதி வழிகாட்டும்
எதிர்நீச்சல் போடாது எளிதில் வீழ்ந்தால் விதி வலியதாகும்
புதிர்க்கு விடை காண பூரித்து எழுந்தால் மதி வலியதாகும்

கடனில் மூழ்கி நொடித்து விட்டால் விதியின் விளையாட்டாம்
அடம்பிடித்து உழைத்து மீண்டால் அதிர்ஷ்டத்தின் ஆட்டமாம்
முடங்கிப் போதலுக்கு முயற்சியல்ல தவைவிதி தான் காரணமாம்
திடமான நம்பிக்கையோடு முயன்றால் திறமை வழிகாட்டும்

எல்லாம் முன்பே எழுதப்பட்டு விட்டது என்பது மூடத்தின் உச்சம்
நல்ல சாலையில் நாற்புறமும் கவனித்து விட்டே கடக்கிறோம்
வல்லவிதி காப்பாற்று மென வழியை கண்மூடி நடக்கிறோமா
பொல்லாத தன் தவறுக்கு புரளியான விதியை காரணம் காட்டலாமா

ஆய்வு செய்தால் அடைந்த இழப்பிற்கு உரிய காரணம் கிட்டும்
ஓய்ந்திடாது காரணம் உரிய கண்டால் அடுத்த இழப்பைத் தடுக்கலாம்
வேய்ந்த கூரை வீழ்ந்தால் காரணம் காண்போமா விதி என்போமா
தேய்ந்து போன விதியைத்திடமாய் காரணம் காட்டல் தப்பிக்கும் வழியாம்

தேசபக்தி மாலை

வெற்றி நாள்

பிரகடனம் அமைதிக்கு பிரதமர் வாஜ்பாயும் நவாஸூம் லாகூரில்
கரடுமுரடான கார்கிலில் கடுமையாய் ஊடுருவின பழமை வாதிகள்
இரண்டு நாட்டின் ஈடில்லா ஒப்பந்தம் அது ஆளற்ற பகுதி என
மரபுமீறி ஊடுருவல் மலையில் நடந்தது பாகிஸ்தான் துணையோடு

குளிர் முடித்து நம் கூரிய படைகள் திரும்பின நம் நிலைக்கு
பளீரென தோட்டாக்கள் பறந்து வந்தன அங்கிருந்து
களவாடி உள்ளனர் கள்ளர் நம் நிலையை குளிரில் ஆக்கிரமித்து
விளைவு போரானது விடுவித்து ஆக்கிரமிப்பை அகற்ற

துருப்புகள் மளமளவென தூரத்திலிருந்து இறங்கின கார்கிலில்
பெரும் உக்கிரமான போர் மூண்டது குண்டு மழை பொழிந்து
உறுப்பிழந்தோர் பலர் உயிரும் இழந்து உரமானர் சிலர்
திரும்பி புறமுதுகிட்டு தெரித்து ஓடினர் பிழைத்த பழமை வாதிகள்

பின்னிருந்து இயக்கிய பாக்.கிற்கும் கடும் உயிரிழப்பு
மென்னி நெறிந்து மிதிப்பட்ட பாக்.கிற்கு தன் துருப்புகளை
பின்வாங்கி நிலையில் இருந்து புழுதி பிடரி பட ஓடியது
அன்னியரை நம் மண்ணிலிருந்து அகற்றிய தினம் இன்று

பெரும் வீர தீரத்தோடு போரிட்ட நம் படைகளின்
அரும் பணியால் ஆக்கிரமித்த பகுதி மீட்கப் பட்டன
பெருமை கொள்வோம் நம் படையின் ஆருயிர் பராக்கிரமத்தின்
அருமை அறிந்து உரமான வீரர்க்கு வீர வணக்கம் செய்வோம்

சிங்கப் பெண்களின் அணிவகுப்புச் சீற்றம்

பொன் என்றும் பூவென்றும் பூஜிக்கப் பட்ட பெண்கள்
விண் அதிர வேங்கையென வீரநடை போட்டு வந்தனர்
மலர் என்றும் மான் என்றும் போற்றப் பட்ட பெண்கள்
புலர் பொழுதில் புயலென பொங்கிப் பீடு நடை போட்டனர்

காகிதம் சுமந்த கைககள் ஆயுதம் சுமந்து நடந்தன
மோகிதம் காட்டிய கண்கள் மிடுக்கு காட்டி பார்த்தன
வளையல் கரங்கள் வலிமையோடு வாளேந்தி வந்தன
களையான மென் முகங்கள் கம்பீரம் காட்டி நடந்தன

கூர் ஆயுதம் கையாளும் திறன் பெற்ற கோதைகள்
போர் நடத்த வந்தன பெண் சிங்கமென வகுத்த பாதையில்
மார் தட்டிய ஆணின் மீசைக்குள் ஒளிந்த வீரம்
ஆர்ப்பரித்த பெண்ணின் ஆளுமைக்குள் போனது சோரம்

கங்கையெனப் பாய்ந்து வந்தன காரிகை யர் சேனை
வங்கக் கடல் அலையென வரிசை கட்டின வஞ்சியர் சேனை
சிங்கப் பெண்ணின் சீரான மிடுக்கான குரலில் கர்ஜித்தது
தங்க மங்கையரின் சக்தியை தரணியே போற்றியது

ஆண் ஆதிக்கத்தின் அஸ்திவாரத்தை அசைத்த அணிவகுப்பு
தூணான பாதுகாப்பு க்குத் தோள் தந்த அணிவகுப்பு
ஆணுக்கு சரிநிகராய் ஆர்ப்பரித்த அணி வகுப்பு
காணும் காட்சி எல்லாம் காரிகை ஆட்சியான அணிவகுப்பு

சீருடைச் சேவகர்கள்

இரும்புப் பாலத்தை இருநாளில் அமைக்கும் திறமையாளர்கள்
கருமலையில் கனரக வாகனம் இயக்கத் தெரிந்தவர்கள்
உருக்குலைந்த இயற்கை பேரிடரில் உயிர் காப்பவர்கள்
செருக்கு கொள்ளாமல் நாட்டுக்கு சேவகம் செய்பவர்கள்

பறக்கும் இயந்திர பழுதை நீக்கத் தெரிந்தவர்கள்
உறக்கம் தொலைத்து இரவிலும் உண்மையாக உழைப்பவர்கள்
சிறந்த நவீன ஆயுதத்தை சிறப்பாக இயக்கத் தெரிந்தவர்கள்
மறக்காது கடமையை மதித்து வழுவாது கடை பிடிப்பவர்கள்

அதிநவீன தொலைத் தொடர்புத் துறையை ஆள்பவர்கள்
மதிநுட்பத்தோடு மருத்துவ துறையில் மாயம் செய்பவர்கள்
சுதியோடு இசைக்கருவியை சுவையாயக வாசிக்கத் தெரிந்தவர்கள்
விதியை வெல்லும் வீரத்தோடு பாரா சூட்டில் விளையாடுபவர்கள்

ஒழுக்கம் கட்டுப்பாடை ஒழுங்காக கவனமாக கடை பிடிப்பவர்கள்
இழுக்கு சீருடைக்கு ஏற்படா வண்ணம் இயங்கத் தெரிந்தவர்கள்
அழுக்கு நிறைந்த உலகில் அன்பைப் போதிப்பவர்கள்
கழுகுப் பார்வை கொண்டு கண நேரமும் கண்காணிப்பவர்கள்

கடலிலும் வானிலும் கூட பாதுகாப்பை உறுதி செய்பவர்கள்
தொடர் மழையிலும் துவளாது துணிந்து சேவை செய்பவர்கள்
அடர்வனத்திலும் அஞ்சாது துஞ்சாது உழைப்பவர்கள்
இடர் எதுவாயினும் இடக்கையால் புறந் தள்ளி முன்னேறுபவர்கள்

உள்நாட்டு கலவரத்தை ஒடுக்கி கட்டுப் படுத்து வதில் வல்லவர்கள்
கள்ளத்தன ஊடுருவலை கண்டறிந்து தடுப்பவர்கள்
பள்ளம் மேடு போன்ற பாதையில் பயணிக்க பயிற்சி எடுத்தவர்கள்
வெள்ளத்திலும் தீயிலும் வெயில் பயமின்றி விளையாடத்
தெரிந்தவர்கள்

எல்லையில் இளமையைத் தொலைத் தவர்க்கு ஒய்வில் இல்லை
மரியாதை

தொல்லைதரும் இரவுக் காவலர் பணியே முன்னுரிமை
நல்லதோர் முன்னாள் வீரர்க்கு நாம் அளிக்கும் இந்தச் சன்மானம்
வல்லமை தொலைத்து வாழ்வின் வடி காலாக காவலரே
வெகுமானம்

பகல்காமில் பயங்கரவாதம்

பசுமை நிறைந்த பகல்காம் பள்ளத் தாக்கில் பயங்கரவாதம்
உசுப்பி விடுதல் அல்லவா, உறங்கும் சிங்கத்தின் பிடரியில்
கொசு அமர்ந்து கொக்கரிக்கலமா, பிடரி முடிக்குள்ளே
நசுங்கி செத்து விடுமென நன்கு அறிந்தும் மோதலாமா

அழகிய மலர்கள் அழகாய் பூத்துக் குலுங்கும் பூலோக
சொர்க்கத்தில்
உலாவந்த பயணிகள் உயிரைக் காவு வாங்கியது ஈனச் செயல்
குளிர்ந்த பனியாறு குதித்து ஓடும் பசுமைப் பள்ளத் தாக்கில்
உளியாய் குண்டு பொழிந்து உதிரத்தை ஓடவிட்டது கோரச்
செயல்

சுற்றுலா வந்த நிராயுத பாணிகளைக் கொல்வது கோழைத்தனம்
பற்றற்ற மிருகத்தின் பாதகச் செயல் கூட இங்கனம் இருக்காது
குற்றமிது கொடுங்குற்றம் இதைக் கடந்து போக முடியாது
பற்றிய இவ்வடு ஆறும் முன் பாதகருக்கு சாவை பரிசாக்குக

மாற்றுடை தரித்து மனித அப்பாவியைக் கொல்வதே நீ கற்ற வீரமா
ஏற்காது பயங்கர வாதத்தின் எந்த வடிவத்தையும் இப்புவி
ஊற்றாகி உருகி ஓடும் உறைபனி நிறைந்த நிலத்தில்
ஆற்றாத வலியிலும் அமைதியை முதலில் நிலை நாட்டனும்

ஆபரேசன் செந்தூர்

நள்ளிரவில் அறுவை நன்கு செய்து உதிரத் தால் பூசிய செந்தூர்
கள்ளத்தனம் ஆடியக்களத்தை அடையாளம் கண்டு அழித்த
செந்தூர்
பள்ளத்தாக்கு தாக்குதலுக்கு பழி தீர்க்கும் பதிலடியே செந்தூர்
எள்ளளவும் பிசகாது எகிறி துல்லியமாக குறி வைத்து அடித்த
செந்தூர்

மங்கலம் இழந்த மாதருக்கு காணிக்கை தான் இந்த செந்தூர்
கங்கணம் கட்டி காத்திருந்து கணித்து அடித்த செந்தூர்
சிங்கப் பெண்கள் இருவரால் சிரத்தையாக பாருக்கு பறை
சாற்றிய செந்தூர்
எங்கள் பெண்கள் எடுப்பது செந்தூர் மட்டுமல்ல ஆயுதமும்
ஏந்துவர்

அரைமணி நேரத்தில் அகிலத்தை அதிர வைத்த செந்தூர்
இரையானது பயங்கரவாதியே என உறுதி செய்த செந்தூர்
கரையான் அரித்த கரைந்த பொருளாதா ரத்தால் முடங்கிய நாடு
குரைக்குது பயங்கர வாதி குரலுக்கு பரிந்து செஞ்சூரியனைப்
பார்த்து

யாம் எப்போதும் எங்கும் விரும்பல அழிவு தரும் கெட்ட போரை
தாமாக பாக்கிஸ்தான் திணித்தது எம் மீது இப் போரை
சாதுவாக இருந்த நாட்டை சீண்டிப் பார்த்தது சண்டி நரி
மோதுவது வீறுகொண்டு மதித்து எழும் சிங்கம் என அறியா
சிறுநரி

முடிவல்ல இது தொடக்கமே நீட்டிக்க வேண்டாம் போரை
முடிவை எதிர்பார்த்தால் முடிந்து போவீர் முற்றிலுமாக நீரே
இடியாய் இறக்கும் எம் வான் பாதுகாப்பு ஏவுகணை யால்
மடிவதைத் தவிர்த்து மக்களைக் காக்க நிறுத்துவீர் போரை

தாய்மண்ணே வணக்கம்

பெற்ற தாயினும் பெரிது பிறந்தமண்
உற்ற துணையினும் உயர்ந்தது உருதந்தமண்
கற்ற கல்வியினும் மேலானது வளர்ந்தமண்
பெற்றெடுத்த சேயினும் பிரியமானது தாய்மண்

நாட்டுப்பற்று உதிரத்தோடு ஓடும் இசைப்பண்
ஈட்டிய அனைத்திலும் உயர்வே தாய்மண்
ஊட்டி வளர்க்கனும் நாட்டுப்பற்றை தாலாட்டிலே
ஏட்டுப் படிப்பிலும் நாட்டுப்பண்ணே முதலிலே

ஓடும் நதியின் தூய்மைக்கு வணக்கம்
காடு மலையின் வளர்ச்சிக்கு வணக்கம்
ஆடு மாட்டின் அதிகரிப்புக்கு வணக்கம்
பாடும் பறவை கூட்டத்துக்கு வணக்கம்

எல்லை வீரர்க்கு எழுந்து நின்று வணக்கம்
வல்லமையின் வலிமைக்கு நிமிர்ந்த வணக்கம்
இல்லாமை ஒழித்தலுக்கு இனிய வணக்கம்
கல்லாமை களைதலுக்கு கனிந்த வணக்கம்

கடல் நலவளம் காத்தலுக்கு வணக்கம்
உடல் நோயற்று வாழ்தலுக்கு வணக்கம்
தடத்தை அழிக்காது தொடர்தலுக்கு வணக்கம்
முடக்காது கலைகளை ஊக்குவிக்க வணக்கம்

பச்சை வயலின் பவித்திரத்திற்கு வணக்கம்
அச்சமற்ற நிலையின் ஆதரவிற்கு வணக்கம்
நச்சுமானிடர்க்கு பாடம் கற்பித்தலுக்கு வணக்கம்
உச்சமாக இறையாமை போற்றலுக்கு வணக்கம்

சுதந்திரம் காப்போம்

உடைத்து விட்டோம் அடிமைத் தளையை
அடைந்து விட்டோமா அனைவரும் சமநிலையை
படைத்து விட்டோம் சுதந்திர தேசத்தை
கிடைத்ததா முழுதாக நுகரதன் வாசத்தை

எல்லோரும் இந்நாட்டு மன்னரே என்றோம்
இல்லாரும் இன்னும் இங்குளது கண்டோம்
கல்வியைக் கடைக்கோடிக்கும் கொண்டு சேர்ப்போம்
வல்லூறுகள் இன்னும் வலம்வரல் கண்டோம்

பெற்ற சுதந்திரத்தைப் பேணிக் காப்போம்
உற்ற பெண்களின் உரிமையைக் கொடுப்போம்
குற்றத்தைக் குறைக்க நன்நீதி போதிப்போம்
சுற்றும் பூமியாய் சுதந்திரமாக சுழலுவோம்

பேச்சு மொழி பண்பாடு காப்போம்
மூச்சாய் உள்வாங்கி சட்டத்தை மதிப்போம்
வீச்சாய் குதித்து விளையாட்டில் வெல்வோம்
பூச்சாகி சுதந்திர கோட்டையை பலமாக்குவோம்

நள்ளிரவு பயமொழிக்க நற்பண்பை வளர்ப்போம்
கள்வனில்லா தேசத்தை கவனமாக கட்டமைப்போம்
கொள்ளைக் கூட்டத்தை குறிவைத்து அழிப்போம்
பள்ளம் மேடற்ற சமுதாயம் படைப்போம்

பரிபூரண சுதந்திரத்தைக் கட்டிக் காப்போம்
பிரித்தாளும் சூழ்ச்சியை வெறுத்து ஒழிப்போம்
சரிநிகராய் ஆண்பெண் பாகுபாடின்றி வளர்வோம்
வரிசையில் முன்னேறி முதலிடத்து வல்லரசாவோம்

சுக்கா மிளகா சுதந்தரம் கிளியே

மளிகைக்கடைப் பொருளல்ல மானிட சுதந்தரம்
தெளிந்த சிந்தையை திடமாக செப்பும் உரிமையே சுதந்தரம்
உளியால் செதுக்கிய உன்னத சிலையல்ல சுதந்தரம்
வெளிப்படை நிர்வாகம் வேற்றுமையற்ற உணர்வே சுதந்தரம்

வாக்கால் அரசை தேர்வு செய்யும் உரிமையே சுதந்தரம்
நாக்கு நல்லதை அஞ்சாது நவில்வதே சுதந்தரம்
போக்குக் காட்டி பொய்பேசி வாழ்வதல்ல சுதந்தரம்
தேக்கு மரமாய் திட நம்பிக்கை தருவதே சுதந்தரம்

இனம் மொழி பண்பாடு உணர்வு காப்பதே சுதந்தரம்
தினம் திருட்டும் புரட்டும் செய்வதற் கல்ல சுதந்தரம்
சினத்தைச் சீண்டி சண்டை இடவல்ல சுதந்தரம்
மனம் ஒன்றாகி மக்கள் அமைதியாக வாழவே சுதந்தரம்

உடல்நல மனநல உறுதி காக்கவே உண்மைச் சுதந்தரம்
கடல்போல் பரந்துபட்ட கனிவான மனதோடு வாழவே சுதந்தரம்
அடக்கி ஆளவும் முடக்கி ஒடுக்கவும் அல்ல சுதந்தரம்
நடந்து பயமின்றி நள்ளிரவிலும் தனியாக செல்ல வைப்பதே
சுதந்தரம்

பெண்
பூமாலை

மணப்பெண்

கன்னி பட்டத்தின் கடைசி நிலை
அண்ணி பட்டத்தின் ஆரம்ப நிலை
எண்ணிய எண்ணங்கள் ஈடேறும் நிலை
எண்ணாததும் சில நேரம் ஏற்கும் நிலை

பிறந்த இடத்தில் இருந்து வேரோடு வெட்டி எடுத்து
சிறந்த இடமென வேறோர் இடம் நட்டி வைத்து
நிறைந்த திருமதியாய் நீடூழி வாழ தாள் நிலை
திறந்துள புதுவீட்டினரை உற்றாராய் வரிக்கும் நிலை

நடுவைக்கு தயாரான நாற்றங்கால் பயிர்
சடுதியில் தரும் நல் விளைச்சல் என உயிர்
பாடி சிறகடித்து திரிந்த தனிப்பறவை
கூடி இனி வளர்க்கும் குடும்ப உறவை

நாளைய குடும்பத்தின் நல்ல ஆளுமை நீயே
வாளில்லா வளைக் கரத்தால் வசப்படுத்துபவள் நீயே
தோள் கொடுத்து குடும்பத்தை சுமப்பவள் நீயே
நாளைய தலைமுறையை கருவாக்கி உருவாக்குபவளும் நீயே

பெண்

வாழும் உயிர்களில் ஆளுமை பெற்றது மானுடமே
பாழும் மானிடத்தே ஆணும் பெண்ணும் சமமா
ஆணும் பெண்ணும் சேர்ந்தது தான் அகிலம் என்றால்
நாணுவோம் இதிலொன்றை புறந்தள்ளி வாழ்ந்தால்

தாயாய் சகோதரியாய் துணைவியாய் மட்டுமல்ல
சேயாய் ஆணை சூழ்ந்து வாழும் பெண்ணுக்கு
ஞாயமான சம உரிமை இந்நாள் வரை இல்லை
ஓயாது உயிருள்ள வரை உழைப்பவள் பெண்ணே

அங்கத்தின் மென்மை அழகுதான் பலவீனமல்ல
மங்கை மானுடத்தின் மாதவமே மழுப்பலல்ல
ஆண்டவனே சரிபாதி தந்து அர்த்தநாரி ஆனார்
தாண்டவமாடும் பெண் அடிமை தகுமோ தரணியில்
சிங்கத்தின் பலத்தை மன உறுதியில் கொண்டவள்
தங்கத்தின் நெகிழ்வை இதயத்தில் கொண்டவள்
திங்களின் குளிர்ச்சியை வதனத்தில் கொண்டவள்
செங்கண் பார்வையில் தீட்சண்யம் பெற்றவள்

களையெடுத்து வயலில் கதிரறுத்த பெண்கள்
வளைக்கரத்தில் வாள் எடுத்து கொலைக்களமும் சென்றதுண்டு
சளைக்காது சமையலை உவந்து செய்யும் பெண்கள்
வளையாத செங்கோலோச்சி அரசாண்டதும் உண்டு

எல்லையில் ஆயுதமேந்தி வீராங்கனையாய் விண்கலத்தில் விஞ்ஞானியாய்
நல்ல விமானியாய் நாடு போற்றும் மாலுமியாய்
இல்லை பெண்ணால் இயலாத ஒன்று என்றாலும்
தொல்லை தரும் வரதட்சனை துரத்துவது ஏன்

சாதனை பல படைத்து சரித்திரத்தில் இடம் பெற்றதுண்டு
போதனை செய்து புதிய சமுதாயமும் படைத்தது உண்டு
வேதனை வந்தாலும் வீழாது வைராக்கியம் கொண்டு
சோதனையை முறியடித்து சாதித்து நிற்பவள் பெண்ணே

சர்வதேச மகளிர் தினம்

மலரின்றி வாசமில்லை மகளிரின்றி நேசமில்லை
புலவரின்றி பாக்களில்லை பூவையரின்றி பூவுலகில்லை
கலசமின்றி கோபுரமில்லை காரிகை இன்றி குடும்பமில்லை
உலகின்றி உயிரில்லை உமை இன்றி சிவமும் இல்லை

கங்கையின்றி பாரதமில்லை காதலி இன்றி காவியமில்லை
செங்கரும்பின்றி வெல்லமில்லை சேயிழையாளின்றி வாழ்வில்லை
தங்கமின்றி நல்ல நகையில்லை தாய் இன்றி சேயில்லை
மங்கையின்றி மானுடமில்லை மாதரின்றி ஊனுடலில்லை

அன்று பெண் பேசாமடந்தை இன்று பேச்சின் ஆளுமை
அன்று நிலம் நோக்கிய நடை இன்று நிமிர்ந்த நன்னடை
அன்று கல்லா நிலை இன்று கல்வியில் முதல் நிலை
அன்று இல்லத்தரசி இன்று சரிநிகர் சமான வேலை

சிங்கத்தின் வலிமையை மன உறுதியில் கொண்டவள்
தங்கத்தின் நெகிழ்வை நல்ல இதயத்தில் கொண்டவள்
திங்களின் குளிர்ச்சியை அழகு வதனத்தில் கொண்டவள்
கங்கையின் நீரோட்டம் போல் கடமையை சீராக செய்பவள்

வளையல் மட்டுமா வாளும் அணிவாள் வீராங்கனையாகி
களை பயிரில் மட்டுமா சமூகத்திலும் எடுப்பாள் காவலராகி
அளைவது அரிசையை மட்டுமா ஆழ் கடலையும் மாலுமியாகி
விளையாட்டில் மட்டுமா விண்வெளியிலும் சாதிப்பாள் விமானியாகி

பெண்களே குடும்பத்தை வழி நடத்தும் அறிவுக் கண்கள்
பெண்ணை புறந்தள்ளல் கண் ஒன்றைக் குருடாக்கல் போல்
கண்ணிரண்டும் சேர்ந்து காணுவதே முழுக் காட்சி
பெண்ணும் ஆணும் சேர்ந்து வாழ்வதே இல்லற ஆட்சி

விதவை

பனிபோர்த்தி குமுறும் எரிமலை அவள்
கனிந்தும் சுவைக்க இயலாக் காய் அவள்
நுனிப்புல் மேயத் துடிக்கின்றன கருப்பு ஆடுகள்
துணிவில்லை யார்க்கும் துணையாக்க சமூக அனுமதி யோடு

மங்கல நிகழ்வில் மகிழ்வோடு பங்கேற்க தடை
திங்கள் முகத்தில் திலகமாய் செந்தூர இடத் தடை
சங்குக் கழுத்தில் அழகிய ஆபரணம் அணிய தடை
தங்க வாழைத் தண்டு கரத்தில் வளையலணிய தடை

கணவன் மறைவில் காரிகையின் குற்றம் யாதோ
அணங்கு அவளை அல்லல் செய்தல் ஞாயமோ
பிணக்கு கொண்டு சடங்கிற்கு இணங்க மறுத்தால்
குணத்தில் கோளாறு வரும் என குற்றம் கூறுவர்

சடங்கு சம்பிரதாயம் என பெண்ணை அடக்கி வைபபர்
அடங்க மறுத்தால் அவள் குணத்தில் கல் எறிவர்
பெண் இன்றும் அடிமை என்பதற்கு இச்சடங்கே
கண்முண் நிற்கும் காட்சியும் சாட்சியம்

விரும்பிய உடை அணிய விதவைக்கு இல்லை உரிமை
அரும்பிய மலர் சூட ஆயுள் தடை எனும் கொடுமை
கெட்டுப்போன காலத்திற்கு ஒவ்வாத சடங்கை ஒழிப்போம்
பட்டுப்போல் பெண்ணை ஆணுக்கு நிகராக வாழும் உரிமை
கொடுப்போம்

இல்ல நிலா

வெண்ணிலவாய் விள்க்கு ஏற்ற வந்த பெண்ணிலா
கண்ணிலே கணவனை வைத்துக் காக்கும் காதல்நிலா
மண்ணிலே முத்தாய் மக்களைப் பெற்றுத் தரும் தாய்நிலா
எண்ணிலா தியாகத்தால் குடும்ப ஏற்றம் தரும் இதயநிலா

திண்ணிய நெஞ்சத்தால் திறன் காட்டும் தெய்வ நிலா
கண்ணிய குறைவிலா கடமை ஆற்றும் காரிய நிலா
விண்ணின் பால் நிலவாய் வெளிச்சம் தரும் வீட்டு நிலா
எண்ணம் முழுதும் குடும்ப மேன்மை தாங்கும் தங்க நிலா

அலுவலகம் மட்டும் அல்ல அடுக்களை யிலும் அவளே நிலா
இலுப்பை பூ சர்க்கரை அல்ல அவள் இனிக்கும் தேன்நிலா
வலுக்கும் செலவை வழுக்கச் செய்து சேமிக்கும் செல்வ நிலா
அலுப்பின்றி உழைக்கும் அரிய ஆற்றலுள்ள சக்தி நிலா

குழந்தை வளர்ப்பில் குன்றாகி நிற்கும் கோவர்த்தன நிலா
சுழலும் பம்பரமாக சுழன்று வரும் சுகந்த நிலா
அழுதும் அடம் பிடித்தும் காரியம் ஆற்றும் கள்ளநிலா
பொழுது புலரும் முன் எழுந்து புயலாக சுழலும் பூபாள நிலா

வீட்டின் விளக்காக வாசமாக ஒளிரும் வண்ண நிலா
ஏட்டுக் கல்வியோடு பட்டறிவும் பிள்ளைக்கு புகட்டும் நிலா
காட்டின் பசுமை போல் குடும்ப பாசம் காட்டும் பால் நிலா
நாட்டின் வளர்ச்சிக்கு நல்ல மகவைத் தரும் நேச நிலா

தலைவர்கள் புகழ்மாலை

முண்டாசு கவிஞர் பாரதி

தங்க நெற்றியில் வட்டப் பொட்டிட்டு
சிங்கப் பிடரியாய் தலைப்பாகை கட்டி
பங்கய முகத்தில் பராக்கிரம மீசை முறுக்கி
அங்கத்தின் மேல் மேல்அங்கி அணிபவர்

கக்கின அக்னி குஞ்சுகளை அவர் கண்கள்
திக்கெட்டும் விதைத்தன விடுதலை வேட்கையை அவர்
கவிதைகள்

அச்சத்தை துச்சமாக்கி காலால் மிதித்தவர்
நச்சென்று மிதிக்க காலனை அருகே அழைத்தவர்

ஓடி ஓயாது விளையாடு பாப்பா எனறவர்
வேடிக்கை மனிதரைப் போல் வீழ்ந்திடாதே என்றவர்
தேடி அலையாதே ஆயிரம் தெய்வங்களை என்றவர்
கோடி புண்ணியம் ஏழைக்கு எழுத்தறிவித்தல் என்றவர்

அற்பர் அல்லர் பெண்கள் ஆணுக்கு நிகராகனவர்
கற்க வைப்போமென கட்டுத்தளைகளை தகர்த்தவர்
கற்பை வைப்போம் இருபாலருக்கும் பொதுவில் என்றவர்
ஒற்றை வரியில் ஜனநாயகத்தை விளக்கியவர்

பதினேழு மொழிகளில் புலமை பெற்றவர்
பதினேழில் முதன்மை ஆனது தமிழே என்றவர்
துதியல்ல இதுசத்தியம் என அடித்துச் சொன்னவர்
புதிதாக இனிஒரு விதி செய்வோம் என்றவர்

அறிஞர் அண்ணா

கற்கோவில்கள் மட்டுமா காஞ்சியின் சிறப்பு
சொற்சுவை பொருட்சுவை இரண்டும் கலந்து
நற்றமிழில் நயமாக நவிலும் நாயகர்
அற்புத தலைவர் அறிஞர் அண்ணாவும்தான்

முதுகலை தமிழிலும் ஆங்கிலத்திலும் பெற்றவர்
செதுக்கிய சொற்களால் சிலை வடிப்பவர்
ததும்பிய நுரையோடு பொங்கும் பிரவாகமாய்
மதுஉண்ட வண்டாய் பேச்சால் ஈர்ப்பவர்

கருத்தாழம் மிக்க உரைகேட்டு மயங்கி
மருகியது கிள்ளுக் கீரையாய் பார்த்த மாநிலங்களவை
உருவம் கண்டு எள்ளி நகையாடியவர்கள்
சருமம் சிலிர்த்து சரிந்து கிடந்தனர்

மாற்றானின் மணக்கும் கருத்துக்களை மதித்தவர்
ஆற்றியஉரையால் அமெரிக்காவை அதிர வைத்தவர்
சாற்றினார் சமத்துவத்தை ஒன்றே குலம் ஒருவனே தேவன் என்று
போற்றினார் புத்தக வாசிப்பை கடைசி மூச்சு வரை

மகாத்மா காந்தி

போர்பந்தரில் பிறந்ததால் போரை வெறுத்தாரோ
பாரினில் சத்தியமே பேசுவேன் என சத்தியம் செய்தவர்
தீரன் அரிச்சந்திரன் நாடகம் ரசித்து கண்டபின்
பாரிஸ்டர் பட்டம் பெற்றார் படிப்பில் சிறந்து விளங்கினார்

ஆப்பிரிக்காவில் வழக்கறிஞர் தொழில் செய்தார்
காப்பில்லா அடக்குமுறை ஆங்கிலேயர் ஆட்சி அங்கும்
ஈவிரக்க மில்லாது இரயிலில் இருந்து தள்ளி விடப்பட்டார்
பூவை வள்ளியம்மையின் ஊக்கத்தில் போராட துவங்கினார்

பாரதத்தின் சுதந்திர போராட்ட களத்தில் இறங்கினார்
சீரான போராட்டம் தொடர சேர்ந்தார் காங்கிரஸில்
கத்தியின்றி ரத்தமின்றி தொடங்கியது இவர் யுத்தம்
யுத்தத்தில் அகிம்சை ஆயுதத்தை அறிமுகம் செய்தார்

மேலாடையில்லா மனிதர் கண்டு மேலாடை துறந்தார்
கால்நடை யாத்திரை தொடங்கினார் தண்டியில் உப்புவரியை எதிர்த்து
கடும்போர் தொடர்ந்தார் செய் அல்லது செத்து மடி கோசத்துடன்
கொடுங்கோலன் வெள்ளையனை வெளியேற்றும் உத்வேகத்துடன்

முப்படையும் எதிர்க்கும் ஆற்றல் கொண்டவன் நான்
எப்படிப்பட்ட ஆயுதத்தையும் அழிக்கும் வல்லமை கொண்டவன் நான்
உப்புச்சப்பில்லா அரை நிர்வாண பக்கிரியின் அகிம்சையை
எப்படி எதிர்கொள்வது கூறியவன் வின்ஸ்டன் சர்ச்சில்

பெற்றது நாடு சுதந்திரம் பெரும் போராட்டத்தால்
கொற்றவன் கோலில் இருந்து விடுபட்டு குடியரசு ஆனோம்
உற்ற உயிரை விட்டவர்கள் ஆயிரம் ஆயிரம் தியாகிகள்
பற்றுகொண்டு அகிம்சையால் வென்றவர் மகாத்மா

ஐயன் வள்ளுவனுக்கு ஆராதனை

பூவுலகில் பிறந்தோர் எல்லாம் பூசிக்கப்படுவது இல்லை
பாவால் இப்பாராளும் பாலேந்தனே ஐயனே
பூவாசம் வீசுவது பூ மரிக்கும் வரை
நீவாசம் வீசுவது பூவுலகம் இருக்கும் வரை

உருவில் வாமனனும் உன் குறளும் ஒன்றே
பொருளில் அவன் விஸ்வரூப பாதம் போன்றே
ஓரடியால் அவன் அளந்தான் பூவுலகை
ஈரடியால் நீ ஆள்கிறாய் இம்மா உலகை

அறம் பொருள் இன்பம் என பிரித்து
திறம்பட சொல்லிய தெய்வப்புலவன் நீ
அக்காலம் இக்காலம் இனிவரும் எக்காலம்என
முக்காலத்திற்கும் சத்தியமானதே முப்பால் குறள்

அத்தனை துறையையும் ஆட்டுவித்தவன் நீ
அத்தனை துறைக்கும் வித்தகன் நீ ஆதலால்
எத்தனை மெத்தப் படித்தவர் ஆயினும்
உந்(த்)தன் குறள்தனை உதாரணம் காட்டியே உரைப்பர்

காற்று மாசானது நிலம் மாசானது
ஆற்று நீரும் மாசானது மாசாகுமா
நெருப்பு ஆகலாம் அதுவும் ஓர்நாள்
திருக்குறள் ஆனால் என்றும் மாசாகாது

மாவீரன் அழகு முத்துக்கோன்

கட்டாலங்குள காவலன் கட்டுடல் மேனி ஆவலன்
பட்டாடை கட்டிய சிங்கம் பரங்கி படைக்கு பங்கம்
வட்டமிட்டு வரிவசூலிக்க எத்தனித்த வெள்ளையன்
கொட்டத்துக்கு அடங்கா பட்டத்து யானை அழகு முத்துக்கோனே

ஒண்டிவாழ வந்த பிடாரி வரி வசூலிப்பதா என எதிர்த்தவர்
அண்ட முடியவில்லை வெள்ளை யனுக்கு அழகு முத்துக்கோனை
தண்ட நாயகனாக நியமித்தான் வெள்ளையன் யூசுப் கானை
மண்டியிட வில்லை தண்ட நாயனுக்கு அழகு முத்துக்கோனே

விடுதலைக்கு முதல் குரல் கொடுத்த வேந்தன்
எடுபிடியாய் ஒருபோதும் வாழ விரும்பாத மாந்தன்
கொடுங்கோல் வெள்ளையனுக்கு சிம்ம சொப்பனம் ஆனார்
அடும்புனல் முதலை போல் அடங்காத அழகு முத்துகோனார்

பெத்தநாயக்கனூர் கோட்டையில் படையோடு ஓய்வின் போது
சுத்த கோழை போல் இரவில் தாக்கினான் கான்சாகிப்
சத்தமின்றி தாக்கிய போதும் சரணடையாது யுத்தம் செய்தவன்
வித்தையாம் சூழ்ச்சியால் வெள்ளையனால் வீழ்த்தப் பட்டவன்

வீரத்தோடு போரிட்ட வேங்கை அழகுமுத்து கோன்
தீரத்தோடு போரிட்டான் காலில் குண்டு துளைத்த போதும்
பீரங்கியில் கட்டி மிரட்டிய போதும் அடி பணியாதவன்
ஆரமென விடுதலை அடிநாதமென முழங்கிய அழகு
முத்துக்கோன்

வெட்டுண்டால் பல்லி வால் போல் துடிக்கும் பாழ்நாக்கு
கட்டுண்ட மாவீரனின் கட்டுடலை பிளக்க கட்டளை இட்டது
வல்லவனை ஒருபோதும் வலிய ஆயுதங்கள் வெல்லாது
பொல்லாத சூழ்ச்சியும் பொருந்தாத கயமையுமே வெல்லும்

கர்மவீரர் காமராஜர்

விருதுநகர் தந்த விடுதலைப் போராட்ட வீரர்
கருமமே கண்ணாக கடமை ஆற்றிய தீரர்
உப்புச் சத்தியாக்கிரக சுதந்திர போராட்ட தியாகி
தப்புச் செய்தாரென சிறையிட்டான் ஆங்கில துவேசி

அடிப்படை கல்வியே வளர்ச்சிக்கு ஆதாரமென அறிந்த
படிக்காத மேதை பாமரன் வாழ்வை மேம்படுத்த
துடிப்பாக வகுத்த பாதையே எல்லோர்க்கும் கல்வி
முடியாது என்றோர் முன்னே முடித்து காட்டிய மாமேதை

பிச்சை எடுத்தாவது ஊர்தோறும் பள்ளி திறப்பேன் என
இச்சையோடு அறிவித்து செயல்படுத்திய கர்ம வீரர்
அச்சமின்றி கடமை ஆற்றியவர் சமூக சேவைத்
தச்சனாகி தமிழ் நாட்டை செதுக்கிய சிற்பி அவர்

ஊறுபசியால் பள்ளிக்கு வராதோரை வரவழைக்க
சோறுபோடும் மதிய உணவுத் திட்டம் கொணர்ந்தவர்
ஆறுதோறும் அணைகட்டி விவசாயம காத்தவர்
வேறுதொழில் செய்யவும் தொழிற்சாலை பல கொணர்ந்தவர்

இருண்ட தமிழகத்தில் கல்வி விளக்கு ஏற்றியவர்
திருட்டு செய்வோரை திருத்த அணைகட்டி விவசாயம
உருப்படியாக செய்ய வழி வகுத்துக் கொடுத்தவர்
விருப்பு வெறுப்பின்றி அனைவரையும் சமமாக பாவித்தவர்

கட்சிப் பணிக்கு அழைத்து பதவியை துறந்தவர்
ஒட்டிக் கொண்டது அகில இந்திய காங்கிரஸ் தலைவர் பதவி
அட்சயப் பாத்திரமாய் சகலமும் தன் வசம் இருந்தும் தானே
கட்டியாள நினைக்காது இரு பிரதமரை உருவாக் கியவர்

வாழ்நாள் முழுவதும் நாட்டிற்கே அர்ப்பணித் தவர்
தாழ்வு வந்த போதும் தயங்காது ஏற்றுக் கொண்டவர்
வீழ்ந்த போதும் காசின்றி பரம ஏழையாய் வீழ்ந்தவர்
வாழ்வார் தமிழகம் உள்ள வரையிலும் கர்ம வீரராய்

அக்னிச் சிறகுக்கு அஞ்சலி

ஆழ்கடல் சூழ்ந்த தீவில் அவதரித்தவர்
ஏழ்மை சூழ்ந்தது இளவயது வாழ்வில்
தாழ்மை அடையலை சிறுவயது தொழிலால்
வாழ்வை வழிகாட்டி வாழ்ந்து காட்டியவர்

படிப்பு முடித்து பாதுகாப்பு துறை பணி ஏற்றார்
துடிப்பு மிக்க திறமை யாளனாய் தொடர்ந்தார்
ஏவுகணைத் தந்தை ஆனார் கண்டம்விட்டு
தாவும் அக்னி கணையிலும் பங்கு உண்டு

அக்னியை குஞ்சு எனறான் பாரதி கலாமின்
அக்னிக்கோ சிறகுகள் முளைத்தது பொக்ரானில்
இக்கட்டாக பொருளாதார தடை விதித்த போதும்
திக்கெட்டும் பரவியது இத் தெய்வமகனின் திருப்புகழ்

யாதும் ஊரே யாவரும் கேளிர் என்ற கணியனின் கூற்றை
ஓதினார் ஐரோப்பிய கூட்டமைப்பின் கூடடத்தில்
தூதரானார் தமிழுக்கு சென்ற இடமெல்லாம் எடுத்து சென்று
வேதமாய் ஓதினார் திருக்குறளை திககெட்டும்

எதிர் இருக்கும் சிலையை வடிப்பான் சிற்பி இந்தியாவின்
எதிர் காலத்தை வடித்தார் வல்லரசாக இருபதிருபதில்
புதிர் ஏதும் போடாது கனா காண சொன்னார்
அதிர்வை ஏற்படுத்தியது அத்தனை இளைய உள்ளத்திலும்

இந்துவும் இஸ்லாமும் கலந்த இந்தியர் அவர்
இந்தியாவின் முதல் குடிமகன் ஆனார் ஆயினும்
சொந்த பந்தங்களை குடி யேற்றவில்லை அம்மாளிகையில்
எந்த பொருளையும் எடுக்கவில்லை வெளியே றிய போது

அனுவைத் துளைத்த அம் மாமனிதனின் ஒவ்வொரு
அனுவிலும் கனவிருந்தது இந்தியாவை வல்லரசாக்க
மெய்யாகவே அவருக்கு மேன்மை செயவதாயின்
மெய்யாக்குவோம் அவர்கண்ட கனவை நனவாக்கி

வைகைக் கவியே வணக்கம்

வளம் கொழிக்கும் வைகை சங்க காலம் தொட்டு
தளம் அமைத்து தந்தது தமிழ் வளர்க்கும் பொருட்டு
களமாடிய பல்லாயிரம் புலவர்கள் வரிசையில் ஒளிவீசும்
இளமைத் தமிழோடு இன்றும் களமாடுபவர் வைகை கவியே

வைகை மணலில் புனலில் புரண்ட புலவன்
சைகை மொழி பேசுபவனும் இவன் கவிதையில் குலவுவான்
பொய்கை புதுமலர் மொட்டும் இவன் கவிதை கேட்டு பூக்கும்
வைகறை வானமும் ஆயிரம் நிறங்களில் கோலமிடும்

மரபுக் கவிதை வடிப்பதில் மாமல்லபுர சிற்பி இவன்
பரம ஏழைக்கு இதிகாசம் எழுதிய மாமுனி இவன்
தரவு அடிப்படையில் தண்ணீர் தேசம் தந்த் தமிழன் இவன்
சுரக்கும் கவிதை ஊற்றால் சுவையாம் தமிழில் பகிர்பவன்

கரைபுரளும் வைகையின் கலங்கா புதுப்புனல் இவன்
நுரைததும்ப கவிதை வடித்த பழம் புலவரின் இளையோன்
வரைந்த வண்ணக் கோலமாக இவன் கவிதை வாச ஒளி வீசும்
உரைநடையான இவன் பேச்சும் கவிதை நடையிலே பேசும்

மதுரையும் வைகையும் தமிழ்த்தாயின் தொட்டில்
மதுஉண்ட வண்டாய் புலவர் மயங்கிக் கிடந்த கட்டில்
எதுகையும் மோனையும் மதுரை மண்ணோடு பிறந்தவை
புதுமை இவன் கவிதையில் பொங்கும் ஊற்றாய் சிறந்தவை

வாருசநாடு வான் மேகம் மோகம் கொண்டது தமிழ் மேல்தான்
தேரு ஓடும் வீதியும் பேரு தாங்குதே தமிழாலே தான்
பார் முழுதும் சுற்றிய தமிழின் ஊரு மதுரையே தான்
வேரில் பழுத்த பலாச் சுளை வைகைக் கவி கவிதையே தான்

வளைந்தாடும் நாணலும் வைகைக் கரையில் தமிழ் பேசும்
களைபோல் அயல் மொழி முளைத்தாலும தமிழ்ப் பயிரே விளையும்
விளைபயிர் முளையிலே போல வைகைக் கவித் தமிழ் இளதிலே
முளைவிட்டது கவிதை கட்டுரை காவியமென பலதிலே

வானமும் வைகையும் காதல் செய்ய வானவில் தூது போகும்
கானம் பாடி கார்மேகம் மழையை குழவியாய் பிரசவிக்கும்
பானமாய் பொழியும் இவன் கவிதை தாகம் தீர்க்கும்
தேன்குடித்த வண்டாய் வைகைக் கவியின் வரிகள் ரீங்காரமிடும்

வைகையில் குளித்து வனத்தில் தலை துவட்டி வரும் தென்றல்
வைகைக் கவியின் வரி கேட்க காத்திருக்கும் அவன் வாசல்
வைகை உருவாக்கிய பொய்கையில் முளைத்த தாமரை மொட்டு
தோகை மயில் போல் விரியும் வைகை கவி வரி கேட்டு

பாக்.நீரினையில் கலப்பது வைகை மட்டுமா வளந் தமிழுமே
தேக்கு போல் உறுதித் தமிழில் கவிதைச் சிற்பம் தவழுமே
ஆக்கமிகு தச்சன் எம் வைகைக் கவியால் மணம் கமழுமே
ஊக்கமிகு கவிதையை உலகுக்கு அளிப்பதால் மனம் மகிழுமே

துள்ளும் மீனும் வைகையில் தமிழ்க் கவிதை பாடும்
அள்ளும் அழகு அணங்காய் வைகையும் தமிழ் நடை போடும்
புள்ளும் தமிழ் பேசும் பூத்த மலரும் தமிழ் வாசமே வீசும்

ஆண்ட தமிழனின் அவையில் அதிகாரம் கொண்டவன் புலவன்
நீண்ட பாரம்பரிய நீட்சியாய் நீ தமிழ்ச்சபை தலைமகன்
வேண்டும் கவிதையை ஊற்றாய் வான் மழையாய் பொழிபவன்
தூண்டி இளைஞரை துய்ய நெறியில் வழி காட்டி தமிழ் வளர்ப்பவன்

கள்ளிக்காட்டு தங்கம்

கள்ளிக் காட்டில் பூத்த கருங் காந்தள் முத்து
முள்க் காட்டில் முளைத்த வைரம் தமிழ்ப் பித்து
தெள்ளு தமிழ்ப் பாடும் தேனி மலைத் தென்றல்
கள்ளுதரும் போதை போல் இவன் கவிதை தரும் தின்றால்

கள்ளிக் காட்டில் பிறந்த கருப்புத் தங்க மகன் நீ
வெள்ளித் தட்டாய் ஒளி வீசும் கவிதை வெண்ணிலா நீ
கள்ளிக் காட்டுச் சுள்ளியில் ஒளி தந்தவன் இன்று நீ
துள்ளிஓடும் புள்ளி மானாய் தமிழ்ச்சோலை ஆள்பவன் நீ

நரிஓடும் கள்ளிச் செடி வாழ் ஊரில் பிறந்தவன்
வரிக் கவிதையால் தமிழ் நல்லுலகம் முழுதும் ஒளிர்பவன்
விரிந்த ஒளிச் சூரியனாக வியத்தகு கவிதையால் மிளிர்பவன்
கரித் துண்டையும் தமிழால் வைரமாக்கும் வித்தை தெரிந்தவன்

கத்தாளைக் காட்டில் விளைந்த கருப்பு வைரம் இவர்
பித்தாளை புழங்கும் ஊரில் புடம் போட்ட தங்கம் இவர்
சொத்தாக கவிதையாய் சொரியும் பன்னீர் மலர்
பித்தாய் தமிழ்க் கவிதை பூக்கும் கொத்து மலர்

பிறந்த மெட்டூர் வைகையில் அமிழ்த்தி கொல்லப் பட்டதால்
மறந்து நிரந்தரமாக பிறந்த ஊரைத் துறந்து விட்டதால்
உறவு ஊரான வடுகபட்டியில் வாழ்ந்து வளர்ந்தவன்
அறிவு எனும் மத்து கொண்டு தமிழ்ப் பாலை கடைந்தவன்

வடுகபட்டி வைரம் வளந் தமிழின் இளஞ் சிகரம்
தொடுத்த முதல் சொல் மாலை வைகறை மேகங்கள் அகரம்
மிடுக்கான தமிழ் பேசிய அண்ணாவும் கலைஞரும் ஆசான்கள்
துடுக்கான இவன் கவிதை தனித்துவ தூங்கா விளக்குகள்

திரைத்துறையில் நுழைந்தான் பொன் மாலைப் பொழுதில்
இரை எடுக்கும் வேங்கை பசிக்கு வேட்டை விழுதல் போலே
நுரை ததும்பும் கவிதை இவன் தமிழ்ப் பசிக்கு இரையாதலாலே
திரைப் பாடலில் கவியரசு வாலி வரிசையில் இவனும் உலாவிலே

பள்ளிப் படிப்பில் முதலிடம் பெற்ற கள்ளிக் காட்டுத் தங்கம்
வெள்ளிப் பதக்கம் வென்றார் மதுரை மாவட்ட சிங்கம்
அள்ளினார் அடுத்த முது கலையில் கல்லூரியில் தங்கம்
துள்ளி வெளி வந்தது திருத்தி எழுதிய தீர்ப்புகள் எங்கும்

முளைவிட்டு கள்ளிக் காட்டில் துளிர் விட்ட தமிழ் இன்று
கிளை பரப்பி தமிழ் நல்லுலகில் ஒளிவீசுது நின்று
விளைச்சலின் அறுவடையில் விருதுகள் பட்டங்கள் வென்று
இளைஞரின் தமிழ் இயக்கத்தை ஊக்குவிக்கும் செருக்கோடு நன்று

தேடி வந்தன தேசிய விருதுகள் பட்டங்கள் எல்லாம்
ஓடி வந்தன ஓங்குயர் பதக்கங்கள் எல்லாம்
நாடி நரம்புகளில் எல்லாம் தமிழ் நர்த்தனம் ஆடும்
கோடியில் ஒருவனாய் தமிழ் முடி சூடியவன் ஆகும்

தொடங்கிய நாள் தொட்டு துடிப்பான கவிதை வடிப்பவன்
கடந்துவந்த பாதை முழுதும் இலக்கிய தடம் பதித்தவன்
தடங்கல் வந்தாலும் தடுமாறாது பயணம் தொடர்பவன்
அடங்காத ஆனைப் பசிக்கு ஐம்பது ஆண்டு சோளப்பொறியே

படைப்பான் இன்னும் பல்லாயிரம் பாக்களை பாடல்களை
உடைப்பான் முன்னோர் முறியடிக்க முடியா பதிவுகளை
அடைவான் ஆழத் தோண்டி அடைய முடியா தேடல்களை
முடைவான் தமிழுக்கு பெருந் தேர் போல காவியங்களை

கலாமின் காப்பிய கவிஞர் கலைஞரின் கவிப்பேரரசு ஆனார்
சலாம் வைத்து வாஜ்பாய் கவி சாம்ராட்டை சூடினார்
நிலாவும் வானும் இவருக்கு தொட்டு விடும் தூரம் தான்
துலாக் கோலும் இவர் கவிதைக் கனத்தை அளக்காதுதான்

கலிங்கப்பட்டி தந்த கட்டித் தங்கம்

கலிங்கப் பட்டிசிங்கம் கறைபடியாத தங்கம் வைகோ
கிலி காட்டியவர்களை கிறங்கடிக்கும் பேச்சாளர் வைகோ
கலியுக கர்ணன் கடின உழைப்புக்கு அங்கீகாரம் பெறாதவர் வைகோ
சலிப்படையாது தமிழகம் முழுதும் தன் காலால் முழம் போட்டவர் வைகோ

தடா பொடாவை தன் காலால் எட்டி உதைத்தவர் வைகோ
அடாவடிக்கு அடி பணியா ஆண்மகன் வைகோ
விடாமுயற்சி விரிந்த பார்வை இலக்கிய வேட்கை கொண்டவர் வைகோ
குடாக்கடலை ஆஞ்ச நேயர் போல் தாண்டிச் சென்றவர் வைகோ

ஈழத்துப் புலிக்கு இதயம் தந்த வேங்கைப்புலி வைகோ
வேழத்து வீரத்தை உதிரத்தில் கொண்ட வெம்புலி வைகோ
ஆழமான தரவோடு அடித்துப் பேசும் ஆற்றல் வாதி வைகோ
சூழல் எதுவாயினும் சூளுரைத்த கொள்கை மாறாதவர் வைகோ

அனல் பறக்கும் பேச்சால் அரங்கை அதிர வைப்பவர் வைகோ
புனலாய் பொங்கும் பேச்சே அடையாளம் ஆன வைகோ
வனத்து வாழ் சிங்கமும் வாயடைக்கும் கர்ஜனை கொண்டவர் வைகோ
சனத்திரளுள் சாமன்யன் போல் சங்க மிப்பவர் வைகோ

கழகத்தின் போர்வாள் கண்ணியம் காக்கும் காவலர் வைகோ
சுழலும் பம்பரமாய் சுற்றி உழைக்கும் சூறாவளி வைகோ
விழலுக்கு இறைத்த நீரான போதும் தொடர் உழைப்பாளி வைகோ
முழங்குவது தமிழ் மட்டுமா முறையான ஆங்கிலத்திலும் வைகோ

அகில இந்திய தலலவர் களின் ஆசி பெற்றவர் வைகோ
முகிலாய் கருத்து இடியாய் முழங்கும் முன்னோடி வைகோ
தகிக்கும் அரசியல் வெப்பத்தில் தளரா நடை போட்டவர் வைகோ
சகிப்புத் தன்மையோடு சக தோழரை அரவணைப்பவர் வைகோ

பாவேந்தர் பிறந்த தினம்

புதுச்சேரியில் பிறந்தவர் பாவேந்தர் பாரதிதாசன்
பொதுவுடமைக் கருத்துகளின் மாபெரும் நேசன்
அதி தீவிர காதலால் பாரதி கவிதைக்கு வாசன்
மதி மயங்கிய பாரதி கவிதையால் ஆனார் பாரதிக்கு தாசன்

முற்போக்கு கருத்துகளை முன்னெடுப் பதில் வல்லவர்
பிற்போக்குத் தனத்தை எதிர்த்து சாடிய நல்லவர்
கற்றறிந்த மொழிகளோ தமிழ் ஆங்கிலம் பிரெஞ்சு
பற்று கொண்ட மொழியோ உயிருக்கு நேரான தமிழ்

தடையின்றி தமிழில் கவிதை பாடுவது அவர் சிறப்பு
படைப்புகள் சில அவரின் பாண்டியன் பரிசு அழகின் சிரிப்பு
கிடைக்கும் தினையளவு நலம் என் சாவால் தமிழுக்கு எனில்
உடனே செத்தொழியும் நாள் எனக்கு திருநாளாம் என்றவர்

தமிழை அமுதமாக பருகியவர் உயிராக நேசித்தவர்
தமிழ் நாட்டின் இரசூல் கம்சதேவ் என அழைக்கப் பட்டவர்
தமிழ்க் குயில் பொன்னி போன்ற இதழை நடத்தியவர்
தமிழ் மணக்க என் சாம்பலும் வேக வேண்டும் என்றவர்

ஞாலத்தில் எங்கு பிறப்பினும் தமிழன் தமிழனே என்றவர்
ஓலமிடுவதை ஒழித்து உரிமைக் குரலை ஓங்கி ஒலித்தவர்
ஆலமரக் குரங்கின் பயத்தை அழகின் சிரிப்பில் வடித்தவர்
காலத்தை வென்றவர் கனலாய்க் கவிதை தந்த பாவேந்தர்

காலத்தை வென்ற கண்ணதாசன்

பூதவுடல் மறைந்தும் புகழுடலால் வாழ்பவன்
ஆதவனாய் அழியா ஒளிவீசி நிலைப்பவன்
சாதலில்லா கவிதையால் சாகாவரம் பெற்றவன்
மோதலில் வீழாமல் மலையாகி நிலைத்தவன்

காலத்தை வென்ற கவிஞன் கண்ணதாசன்
ஞாலத்தில் பெற்ற ஞானத்தால் வண்ணதாசன்
கோலமயில் துணையோடு கோகுலத்துக் கண்ணனானவன்
சாலவும் நற்றமிழ் திரைப்பாடலால் சாதித்தவன்

கம்பனின் காவிய எழுத்தை எளிதாக்கியவன்
அம்பாக சொற்களை வீசிகவிதை ஆரமாக்கியவன்
செம்பு கலக்காத செந்தமிழால் பாவடித்தவன்
தும்பிக்கை பலமாய் திரையிசைக்கு தோள்கொடுத்தவன்

எதனால் மதம்தனை படைத்தான் என்றவன்
மதத்திற்கு அர்த்தம் கற்பித்துச் சொன்னவன்
நிதமும் நாவினின்று நற்றமிழை ஓதியவன்
பதமான சொல்பாய்ச்சி தழிழ் வளர்த்தவன்

காய்காயாய்ப் பாடித்தமிழைக் கனிய வைத்தவன்
நோய்தீர்க்கும் தேன்தேனாக்கி தமிழைச் சுவைத்தவன்
தூயகம்பனின் வண்ணம் வண்ணமான வார்த்தையால்
சாயாததமிழ்க் கோபுரத்திற்கு சந்தனக்கூரை வேய்ந்தவன்

தத்துவத்தால் கவிதைச் சிற்பம் வடித்தவன்
மத்துஇன்றி தமிழ்க்கடலில் அமுதம் எடுத்தவன்
சொத்தாக இலக்கியமும் திரைப்பாடலும் சேர்த்தவன்
புத்தகமாகி அழிவில்லா காலத்தை வென்றவன்

ஊக்குவிக்கும்
ஓங்குயர் மாலை

வானமும் இல்லை எல்லை

துடிப்பான செயலால் தொட்டிடலாம் எட்டாததையும்
இடிக்கும் இடர்பாடுகளை இடித்து உடைத்துவிட்டால்
முடியும் என முழுநம்பிக்கையோடு முயற்சி செய்தால்
படியும் வெற்றி தானே காலடி பணிந்து

சாண் ஏறினால் முழம் சறுக்கல் என்பது சாக்குப் போக்கு
ஏன் சறுக்கல் எனும் கேள்வி எழுந்தால் எழாது இப்போக்கு
வீண்சிரமம் ஏன் என்ற வெறுப்பு எழுந்திருந்தால்
வான்ஏறி இன்று நாம் வாகனம் தான் ஓட்ட முடியுமா

படிந்தது விஷமும் பாற்கடலை கடைந்தபோது
விடியல் தேடும் வெற்றிப் பயணத்தில் விபரீதமும் விளையலாம்
இடியும் விழலாம் நல்ல மழை பெய்யும் போது
இடியாத மனம் இருந்தால் எல்லாம் முடியும் இனிதாக

மலைஏறுபவன் பார்வை உச்சி நோக்கியதாய் இருத்தல் வேண்டும்
சிலை வடிப்பவன் சிந்தை சிற்பத்தில் இருத்தல் வேண்டும்
அலைபாயும் அற்ப எண்ணங்களை அடக்கும் ஆளுமை வேண்டும்
நிலைகுலையா நெஞ்சுரம் இருந்தால் நிறைவேற்றலாம்
நினைத்ததை

முடியாதது உளவோ

வீறு கொண்டு எழுந்து வேகமாக ஓடு
தாறுமாறாக ஓடாதே தடை தாண்டி ஓடு
நாறும் நறுமண இலக்கை நாடி ஓடு
கூறுபோடாதே இலக்கை குறி வைத்து ஓடு

ஆற்றுப் பெருவெள்ளம் போல் அச்சமூட்டி ஓடாதே
ஊற்று நீராய் தெளிந்து ஊறுவிளைவிக்காது ஓடு
காற்றில் பறந்தால் காகிதமாகாதே கருடனாய் இரு
மாற்றுச் சிந்தனையே மதிப்பு உயர்த்தும் பாரு

பொழுது யாருக்கும் காத்திருப்பது இல்லை
அழுது புலம்பியவர் ஏதும் சாதிப்பதில்லை
விழுதாய் அரைத்ததை விதையாக்க முடிவதில்லை
முழுகிப்போன பொழுதை தேடுவதில் பயனில்லை

உள்ள பொழுதை உன் வித்துக்கு உரமாக்கு
கள்ளமில்லா கடமையை விதைமுளைக்க நீராக்கு
தெள்ளத் தெளிந்த அறிவை செடிவளர உணவாக்கு
அள்ள அள்ள குறையாத பலன்பெற்று ஆனந்தமாகு

வெல்ல முடியாத இலக்கு ஒன்று உண்டோ
நல்ல ஒளிதரும் நிலவில் கால் வைத்தோம்
அல்இல்லா ஆகாயத்தில் ஆள்தங்க வீடு அமைத்தோம்
செல்ல இயலா விண்வெளிக்கு சுற்றுலா சென்றோம்

போட்டி போட வேண்டும் பெருவெற்றி பெற்றிட
போட்டியில்லா வாழ்வு பொலிவு பெருமை தராது
போட்டியில் வெல்வதால் பொங்குமே உற்சாகம்
போட்டிக்கு தயங்குவது பெரும் மன ஊனமே

மாபெரும் சபையில் நீ நடந்தால்

மலையில் மழை பெய்தால் தரையில் நதி குதிபோடும்
சிலை வடித்தால் கரும் பாறைக்கு உயிர் முளைக்கும்
இலை மீள தளிர்த்தால் மரத்திற்கு இளமை திரும்பும்
தலைமை உரையே தளர்ந்தவனை தட்டி எழுப்பனும்

மலரைத் தாங்கும் காம்பு தான் காயையும் தாங்கும்
இலகுவான இறக்கையே எடை தாங்கி பறக்கும்
சலனமில்லா இருப்பு நீரிலும் சக்தி நிறைந்து இருக்கும்
தலைமை பண்பே தடை தாண்டி வழி நடத்தும்

கடலில் பெய்த மழையாய் காட்டில் காய்ந்த நிலவாய்
சுடர் தரும் சூரிய ஒளியில் ஏற்றிய விளக்காய்
படர் கொடியை தாங்காது ஒடிந்திடும் செடியாய் இருந்தால்
முடங்கும் தனியனின் தனித்திறன் வெளிவராமல்

ஏற்பர் உன் எண்ணம் எழுச்சியாக இருந்தால்
போற்றுவர் உன் செயல் பொறுப்பை உணர்த்தினால்
கூற்று உனது மாற்றத் திற்கு வழிவகுக்கும் எனில்
ஆற்றல் உனது உன்னை ஆளுமை மிக்கன் ஆக்கும்

தொடர் ஓட்டமே உன்னை துடிப்புள்ளவனாக வைக்கும்
இடையே முடங்கினால் முயல் ஆமை போட்டி போலாகும்
கடமையில் கவனம் சிதறாது தடை தாண்டினால்
அடலேறு சிங்கமாய் தலைமை அடையாளம் அடையலாம்

இந்நாள் நன்னாளே

நல்ல நாளொன்று வருமட்டும் காத்திருத்தல் நன்றன்று
எல்லா நாளும் நன்னாளே என்றென்னல் நன்று
பொல்லா நாளென்று ஒன்றை புறந்தள்ளல் நன்றன்று
கல்லாதொரு நாளை கடந்திட விடல் நன்றன்று

சென்று விட்ட நாளில் வென்று என்ன சாதித்தாய்
தின்று விட்ட நாளை திரும்ப கேட்டாலும் கிட்டாது
மென்று விழுங்கிய நாளால் மேனியில் மாற்றம் உண்டு
நன்று என்ன செய்தாய் என நவில இயலுமா

நேற்று என்பது மீளாதது நாளை என்பது காணாதது
இன்று மட்டுமே நிஜமென்று நினைத்து கடமை ஆற்று
கன்றும் நாட்களை தின்று ஓர்நாள் காளையாகும்
கன்றுபோல காலந்தள்ளி காளையாகி காலமாவது நலமோ

நித்தம் ஒருநாளை நீ தின்று ஏப்பமிடுவதால்
சத்தமின்றி உன்வயது சதத்தை நோக்கி நகரும்
அன்றைய மார்க்கண்டேயனாய் என்றும் இளமை தொடராது
இன்றைய மனிதருக்கு முதுமை என்பது நிச்சயமே

வாழ்வில் ஒவ்வொரு நாளும் நல்ல நன்னாளே
தாழ்வென்று ஒருநாளை தள்ளாது செயல் படுவீர்
வீழ்ந்த ஒவ்வொரு நாளிலும் விளைச்சல் எடுப்பீர்
ஆழ்ந்த அறிவோடு செயலாற்றி அதிசயம் செய்வீர்

எதிர் நீச்சல்

ஆற்றின் போக்கில் சென்றால் அமிழ்த்திவிடும் உனை
மாற்றாக எதிர்நீச்சல் போட்டால் ஏறிடலாம் கரை
மாற்று தேடாது தலைவிதி என தடுமாறுவது குறை
ஆற்றுஞ் செயலுக்கு துணிவை துணையாக்கி இலக்கை அடை

தோற்றோம் என துவண்டு விட்டால் துச்ச மாகிடுவாய்
மாற்றி தோல்வியை படியாக்கி வெற்றிக்கு வித்திடுவாய்
ஏற்றம் பெற துணிச்சலோடு எழுச்சி கொள்வாய்
போற்றும் எதிர் நீச்சலாலே புதிர்களுக்கு விடை காண்பாய்

எதிர்நீச்சல் தான் தடை தகர்த்து தாண்ட உதவும்
எதிர்நீச்சல் தான் ஏணியாக நின்று உனை உயர்த்தும்
எதிர்நீச்சல் இல்லா ஏற்றம் தடுமாற்றம் தரும்
எதிர்நீச்சலால் கிடைத்த வெற்றியே அதிர்வை தாங்கும்

எண்ண ஓட்டத்தை ஆக்க மாக்க எதிர்நீச்சல் போட வேண்டும்
கண்ணை மூடினாலும் எண்ணத்தில் இலக்கு மிளிர வேண்டும்
எண்ண ஓட்டம் ஏக்கத்தோடு நின்றால் திண்டாட்டம்
எண்ண ஓட்டம் ஊக்கத்தோடு வென்றால் கொண்டாட்டம்

இலக்கு வைத்து ஓடினால் வெற்றி நிச்சயம்
விலகி நின்று வேடிக்கை பார்த்தால் தோல்வியே மிஞ்சும்
கலங்காத நீரில் தான் தெளிந்த தோற்றம் தெரியும்
கலக்கமில்லா மனதால் தான் எதிர்நீச்சல் போட முடியும்

உன்னால் முடியும்

எழுந்து வாஇளைஞனே கைபேசியை துறந்து
விழுந்து வீணாகாதே விட்டில் பூச்சியாய் பறந்து
பொழுது யாருக்கு ம் காத்திருப்பது இல்லை
அழுது புலம்பியவர் ஏதும் சாதிப்பதில்லை

கொட்டிக் கிடக்கிறது புதிய வாய்ப்புகள் கோடி
தட்டிப் பறித்து வா தடை தகர்த்து தாண்டி ஓடி
முட்டி மோதி முயன்றால் முடியாதது என உண்டோ
கட்டி இழுக்கலாம் கருமலையையும் கயிறு கொண்டு

பட்டப்பகல் நட்சத்திரமாய் பயந்து பதுங்காதே
நட்டநடு நிசி நிலவாய் நின்று ஒளிகொடு கூசாதே
உளுத்தமரம் உதவாது உருப்படியாக ஒன்றுக்கும்
பழுத்த மரம் நோக்கி தான் பட்சிகள் பறந்து வரும்

வகுத்துவிடு வாழ்க்கை க்கு வாழ்வு இலக்கணம்
தொகுத்து விடு அதைஓர் தொடர் தொல்காப்பியமாய்
பகுத்துணர் பண்டைய நல் வழக்கங்களை
புகுத்து அதை புதிய இளைய சமுதாயத்திற்கு

எட்டாதது என்று உலகில் எதுவுமில்லை
எட்டும் அனைத்தும் கிட்டும் என்று மனம்
தட்டுத் தடுமாறாமல் தேடினால் கிட்டும்
பட்டும் படாமல் தேடினால் கிட்டாது

நீயே உனக்குத் துணை

சாய்ந்த மரத்தின் மேல் சவலைப் பிள்ளையும் ஏறும்
ஓய்ந்து படுத்து விட்டால் நோய்களே ஓங்கி வளரும்
காய்ந்து பழுத்த இலை மேல் மரம் கரிசனம் கொள்ளாது
தேய்ந்த மனிதனைத் தேடி உறவுகள் கூட வராது

நிலவை நம்பியில்லை நித்தம் வரும் இரவு
பலாச்சுளையை நம்பி யில்லை உள்ளிருக்கும் கொட்டை
உலாவரும் மான் நம்புவது இல்லை உடன் வரும் உறவை
உலவி உனைச் சுற்றும் நன்மை தீமைக்கு நீயே பொறுப்பு

தாகம் எடுத்தால் தண்ணீர் நாமே அருந்த வேண்டும்
யோகம் ஒருபோதும் தானாக தாகத்தை தீர்க்காது
வேகம் விவேகம் தன்னம்பிக்கையே வெற்றி பெறும்
தேகபலம் மனபலத்தால் மட்டுமே உறுதி பெறும்

சிறகுகள் முறிந்து விட்டால் சிற்றெரும்பும் கடிக்குமே
உறவுகள் ஒட்டுவது எல்லாம் ஊட்டமுள்ள வரையே
திறம்பட செயல்பட திடமான மனபலம் வேண்டுமே
அறம் உடன் தரமும் உயர நீயே உனக்குத் துணை

வேண்டியது கிடைத்து விட்டால் வீராப்பு கொள்ளலாம்
தாண்ட தடுக்கும் தடையை தகர்த்தலே நல்ல திறம்
தோண்டப்படும் பள்ளத்தை துவளாது தாண்டலே மனபலம்
மாண்பு என்பது உனை உன் திறத்தால் வளர்த்தலேயாம்

தொலைநோக்கு பார்வை

துடிப்பான செயலால் தொட்டிடலாம் எட்டாததையும்
இடிக்கும் இடர் பாடுகளை இடித்து உடைத்து விட்டால்
வெடிப்பும் வெல்லத்து இனிப்புமான பேச்சால்
பிடித்துப் பெற்றிடலாம் பெரும் பேரை இப்பூவுலகில்

சாண் ஏறினால் முழம் சறுக்கல் என்பது சாக்குப் போக்கு
ஏன் சறுக்கல் எனும் கேள்வி எழுந்தால் எழாது இப்போக்கு
வீண்சிரமம் எனும் வெறுப்பு எழுந்து இருந்தால்
வான்ஏறி இன்று விமானம் தான் ஓட்ட இயலுமா

தாக்கம் ஏற்படுத்த வேணும் உன் தர்க்க வாதத்தால்
ஆக்கம் என்றும் உண்டானது இல்லை ஆத்திரத்தால்
ஏக்கம் எழுச்சியாக வேணும் ஏற்றம் பெற மற்றார்
ஊக்கமும் உறுதுணை ஆகும் உண்மையாய் உழைத்தால்

இடியும் விழலாம் நல்ல மழை பெய்யும் பொழுது
படிந்தது விஷமும் பாற்கடலை கடைந்த பொழுது
விடியல் தேடும் வெற்றியோடு விபரீதமும் நிகழலாம்
இடியாத மனம் இருந்தால் எண்ணியபடி முடியும் எல்லாம்

மலை ஏறுபவன் பார்வை உச்சி நோக்கி இருத்தல் வேணும்
சிலை வடிப்பவன் சிந்தை சிற்பத்தில் இருத்தல்வேணும்
தொலைநோக்குப் பார்வை தான் புது உலகைத் தோற்றுவிக்கும்
நிலை எதுவாயினும் நினைத்ததை நிறைவேற்றலே நெஞ்சுரமாம்

எட்டாக் கனியல்ல இலக்கு

வீதியில் வெற்றி யாளனாய் வலம் வரலே நலம்
பாதியில் பயந்து புறமுதுகிடல் வேதனையே தரும்
சாதிக்க முயற்சியும் பயிற்சியுமே தரும் வெகுமானம்
நீதி தவறிய நெறிமுறையில் சாதிப்பது அவமானம்

பொறுப்பும் பொறுமையும் இரு கண்ணென கொளல் சுபம்
வெறுப்பும் வெறுமையும் உதறித் தள்ளல் நலம்
உறுதியும் உழைப்பும் உறுதுணையாய்க் கொளல் பலம்
அறுதியிட்டு அகந்தையை அகற்றினால் அல்லல் அகலும்

சறுக்கல் ஆங்காங்கே நிகழ்வது சாதாரணம்
இறுக்கமாக பற்றி மீண்டு எழுவதே உதாரணம்
குறுக்கும் நெடுக்குமாக வரும் இடையூரை செய் உதாசீனம்
சுறுசுறுப்பு குறையாது முயற்சித்தால் இலக்கு உத்திரவாதம்

விழுவது தோல்வியல்ல மீள எழாமல் கிடப்பதே தோல்வி
தொழும் தெய்வம் வெற்றி தேடித் தரும் என்பது பிரமை
அழுது புலம்பி சாதிக்கலாம் என்பது மடமை
பொழுது யாருக்கும் காத்திருக்காது என்பதே உண்மை

குன்றாது முயன்றால் குன்று கூட குடைப் பிடிக்கும்
வென்றாகும் வேட்கை கொண்டால் வேலி கூட வழி விடும்
நின்று நிதானமாக களமாடினால் கோட்டையும் கிட்டிடலாம்
என்றும் விடாது எதிர்நீச்சல் போட்டால் இலக்கை எட்டிடலாம்

நல்லகாலம் பிறக்குது

இலட்சியம் நீ கொண்டால் மாற்றம் நிச்சயம்
அலட்சியம் நீ கொண்டால் ஏமாற்றமே மிஞ்சும்
குளம் வற்றிய பின்தான் மீன் பிடிக்க வேண்டு மெனில்
இலவு காத்த கிளியாய் ஏமாறவே வேண்டும்

லச்சிய மில்லா வாழ்வு துடுப்பு இல்லா படகு போல
நிச்சய மில்லா இலக்கு திசை மாறிய பறவை போல
சத்திய மில்லா வார்த்தை சமுத்திர மணல் சிற்பம் போல
கத்தியில் இல்லாது கூர்மை புத்தியில் வேண்டும்

ஆற்றின் போக்கில் சென்றால் அமிழ்த்தி விடும் உனை
மாற்றாக எதிர் நீச்சல் போட்டால் ஏறிடலாம் கரை
நாற்றங்கால் பயிராகவே இருந்தால் நல் விளைச்சல் இரா
ஊற்று வயலில் நட்டால் தான் உரிய பலன் கிட்டும்

கரையில் நிறுத்தி வைக்கவா உருவாக்கப் பட்டது கப்பல்
திரைகடல் ஓடி திரவியம் சேர்க்க உருவானதே கப்பல்
அறையில் முடங்கிக் கிடக்கவா படைக்கப் பட்டது மனித சமூகம்
பொறையின்றி சிந்தனை சிறகு விரித்து புதியன தேடவே

நீலவானம் என்பது மாயை என்று உணர்வீர் - வாசலில்
கோலம் அதிர்ஷ்டம் வந்து இடுமென எண்ணாதீர் - மாயா
ஜாலம் அனைத்தும் பொய் என்று புறந் தள்ளுவீர் - நல்ல
காலம் நமக்கு என்பது விடா முயற்சி யால் விளைவதே ஆகும்

வானை வசப்படுத்துவதே வாழ்க்கை

வட்டம்போட்டு வட்டத்துள் வாழ்வதல்ல வாழ்க்கை
திட்டம்தீட்டி இலக்கு வைத்து வாழ்வதே வாழ்க்கை
கட்டத்துள் கட்டுப்பட்டு வாழ்வதல்ல வாழ்க்கை
தொட்டுவிடும் தூர தொலை நோக்கு இலக்கை எட்டுவதே வாழ்க்கை

எட்டாத இலக்கு என்று எதையும் ஒதுக்குவதல்ல வாழ்க்கை
எட்டி விடும் எண்ணத்தோடு செயல் படுவதே வாழ்க்கை
முட்டிமோதி முயன்றால் முடியாததல்ல வாழ்க்கை
மட்டமான சிந்தனையை மட்டுப் படுத்துவதே வாழ்க்கை

சட்டத்தைத் தாண்டி சாதிப்பதல்ல வாழ்க்கை
சட்டத்திற்கு உட்பட்டே சாதிப்பது தான் வாழ்க்கை
நட்ட நடு நசியில் நடந்து செல்வதல்ல வாழ்க்கை
நட்டநடு நிசியை பட்டப் பகலாக்குவதே வாழ்க்கை

பட்டுப் போன மரமாய் படுத்து விடுவது அல்ல வாழ்க்கை
சொட்டும் தேனாய் கனிதரும் மரமாய் வாழ்வ துவே வாழ்க்கை
விட்டுப் போன நேற்றை நினைத்து வீழ்வதல்ல வாழ்க்கை
தொட்டுத் தொடரும் நாளை நினைத்து தொடருவதே வாழ்க்கை

கட்டுப்படாத காளையாக தறிகெட்டு அலை வதல்ல வாழ்க்கை
கட்டுப்பட்டு கண்ணியத் தோடு கனிவு காட்டுவதே வாழ்க்கை
கொட்டிக் கிடக்கும் வாய்ப்பை கோட்டை விடுவ தல்ல வாழ்க்கை
தட்டி எடுத்து தகுதியை மேம்படுத்துவதே வாழ்க்கை

சிட்டுக் குருவியாய் சிறகடிப்பது மட்டு மல்ல வாழ்க்கை
எட்டா உயர பருந்தாகி வானை வசப் படுத்துவதே வாழ்க்கை
துட்டுக்கு மட்டும் வாயை திறப்பது அல்ல வாழ்க்கை
மொட்டான அன்பை புவி முழுதும் மலரச் செய்வதே வாழ்க்கை

புதிய பாதை புதிய பயணம்

நல்ல பாதை ஒன்று பயணம் செய்ய வகுத்திடு
கல்லும் முள்ளும் கண்டு கலங்காது கடந்திடு
வெல்லும் சிந்தை ஒன்றே சிரத்திற் கொண்டு நடந்திடு
செல்லும் பாதையை செதுக்கி கொண்டே சென்றிடு

இடைப்படும் பூப்பாதை கண்டு மனம் பூரித்திடாதே
தடை செய்யும் முட்பாதை கண்டு முடங்கிடாதே
விடைகாண இடர் வந்தால் விரக்தி அடைந்திடாதே
மடைமாற்றம் செய்யும் மடமைக்கு மயங்கிடாதே

ஓராயிரம் இடர்கள் வரலாம் பயணத்தை சுற்றி
கூர்புத்தியால் இடரை கடந்து செல்வதே வெற்றி
நேருக்கு மாறான துர் புத்தியை அறவே அகற்றி
நேர்யுக்தியால் இடரை வெல்வதே நிலையான வெற்றி

நல்லோர் மனம் புண் படாது நயமாய் நடந்திடு
இல்லாது இரப்போர்க்கு உன்னால் இயன்றதை கொடுத்திடு
வல்லான் சொல்லுக்கு எப்போதும் வசப்படாது மீண்டிடு
புல் பூச்சியின் புவிவாழ் உரிமை யை உணரந்திடு

கல்லாரை கண்டு கடிந்து இகழ்ந்து வெறுத்திடாதே
கல்வி ஒன்றே பெரும் அறிவு தரும் என எண்ணிடாதே
கல்லாரும் பட்டறிவால் பெற்றிடலாம் பெரும் ஞானம்
சொல்லால் யாரையும் காயம் செய்யாததே நல்ல ஞானம்

வாழ்க்கை பயணத்தில் தேடல் ஒருபோதும் ஓயாது
ஆழ்ந்த தேடலில் பொருள் மட்டுமே அடங்காது
வீழும் ஒவ்வொரு வினாடியும் கடந்த காலமே
வாழும் காலத்தில் பதித்திடு எதாவது நல்ல தடமே

உன்னை அறிந்தால் உலகில் போராடலாம்

மண்ணில் மகுடம் சூட மாற்றுச் சிந்தனை கொள்வாய்
கண்ணில் பயமின்றி தடை தாண்டும் வல்லமை கொள்வாய்
விண்ணைத் தாண்டியும் ஊடுருவி அறியும் விவேகம் கொள்வாய்
திண்ணமான எண்ணமும் திடமான உறுதியும் உந்தல் கொள்வாய்

ஆழ்மனதில் அசாத்திய துணிச்சல் இருந்தால் சாதிக்கலாம்
சூழ்நிலையில் சிக்காது மீள்வதே சிக்கலைத் தீர்க்கும்
வாழ்வதே புவியில் சாதனை என்பது மிகச் சாதாரணம்
தாழ்வு மனப்பான்மையை தகர்த்தால் தான் தடை தாண்டலாம்

வேள்வியால் விளைவதல்ல வெளிச்சம் தரும் சாதனை
கேள்வி ஏன் என்று கேட்கா விடில் கிடைப்பது வேதனை
தாள் பணிந்தே கிடந்தால் தலைமைப் பண்பு வளராது
நாள் நட்சத்திரத்தை மட்டும் நம்பினால் நன்மை பயக்காது

காலத்தையும் சூழலையும் காரணம் சொல்வது இயலாமையே
ஞாலத்தில் போட்டியை எதிர் கொள்ளத் தயங்கல் தாழ்வு
மனப்பான்மையே
ஆலமரமாய் அறிவை விரிவடையச் செய்வதே வளர்ச்சி
காலொடிந்த சிங்கம் ஆனாலும் கர்ஜிக்க மறந்தால் தளர்ச்சியே

சுழற்றி விடப்பட்ட பம்பரமாய் சுழல்வது அல்ல திறமை
கழற்றி விடப்பட்ட காளையாய் களம் காண்பதுவே வலிமை
பழமையுள் மூழ்கி பரிதவித்து வீழ்வது அல்ல பெருமை
வழமை தாண்டி புதிய மாற்று வழி தேடுவதே அருமை

வென்று சாதிக்கும் வரை எல்லோரும் சாதாரண மனிதனே
நின்று களமாடினால் மட்டுமே நினைத்த வெற்றி சாத்தியமே
சென்று விட்டது காலம் என்பது ஆற்றாமையின் வெளிப்பாடு
குன்றிலிட்ட விளக்காய் ஒளிர உன்னை அறிந்தால் தான்
போராடலாம்

சமூக பார்வை

குழந்தை தொழிலாளியா?

சிறகு முளைக்கா சிறு குஞ்சுகளை இரை தேட
பறவை இனங்கள் பணிப்பது இல்லை
பால்குடித்து கால்களுக்கிடை பாதுகாப்பாய் வளரும்
வால்குட்டிகளை விலங்குகள் வேட்டையாட பணிப்பதில்லை

பெற்ற குழந்தையை பேணிப்பாதுகாக்க வக்கற்ற
உற்றவரே குழவியை உழைக்கப் பணிப்பது ஞாயமோ
குழந்தை ஊதியத்தில் அமர்ந்து உண்டு உயிர் வளர்ப்பது
அழுகிய தன்ஊனை தானே உண்ணச்சமம்

பிறந்த குழந்தைபசிக்கு உணவு மட்டுமல்ல
சிறந்தகல்வி சுகாதாரம் சிறப்பாக உரிய வயது வரை உரிமை
பள்ளி செல்ல வேண்டிய வயதில் பணிக்கு
அள்ளிச் செல்வது அடிப்படை உரிமை மீறல்

குழந்தை உழைத்தால் மழலை குன்றி மூளை மழுங்கும்
குழந்தை உழைத்தால் கூர்அறிவு குறையும்
குழந்தை உழைத்தால் குணத்தில் ஒழுக்கம் ஓங்காது
குழந்தை உழைத்தால் குணம் இன்றி சமுதாயம் சீர்கெடும்

ஆறறிவு பெற்று அகில உலகத்தையும் தன்கையில்
ஓரிறு பொத்தானை ஓங்கி அழுத்தி இயங்கவைக்கும்
பேராற்றல் கொண்ட பெருமானிடமே குழந்தைதொழில்
சீரழிவு இல்லையா கரன வருங்கால நிர்மாணத்திற்கு

நிகரில்லா தந்தை

பிஞ்சு மழலை பேசும் கொஞ்சு மொழி கேட்டு
மஞ்சம் விட்டு தூக்கி மடியில் அமர்த்தி
கொஞ்சு மொழி தானும் பேசி குதூகலித்து
நெஞ்சம் நிறைந்த நெகிழ்ச்சி கொண்டவர்

பிஞ்சு பாதங்கள் பூமியில் படிந்து பயிலும்
கொஞ்சு நடை கொஞ்சம் தடுமாறும் போது
அஞ்சாதே என அரணாய் இருகரம் நீட்டி
தஞ்சமளித்து தவழ்தலில் இருந்து மீட்டவர் தந்தையே

கற்றலில் முதற்படியாய் கனிவான சொற்களை கற்பித்தவர்
நற்றமிழ் பேசி நலமாய் பேசி நாவை சுழல வைத்தவர்
சுற்றிச் சுற்றி சிறுவண்டி தடுமாறி ஓட்டும் போது
முற்றம் நின்று முறுவலித்து கண்காணித்தவர்

மிதிவண்டி மகன் கற்க மிரட்சியுடன் ஓடி வருவார் பின்னே
கதிகலங்கி போவார் கால் தடுமாறி விழும் முன்னே
அதிவிரைவாய் நீச்சல் அருமையாய் கற்க ஆழ்கிணற்றில் முன்
குதித்து நீர்ப்பயம் கொஞ்சமும் இன்றி போக்கியவர் அவரே

பள்ளி மகன் செல்ல பாடப் புத்தகப்பை சுமந்தவர்
கல்வி அவன் கற்க காசு சம்பாதிக்க உழைத்தவர்
மெல்ல மெல்ல மேனி வளர்ந்து அவரை மீறும்போது
சொல்லமாட்டார் குறைநேராக சொல்வார் அன்னையிடம்

அன்று புரியாத அந்த புதிரான தாத்பரியம்
நின்று புரிகிறது மகனும் தந்தையான பின்பு
தொன்று தொட்டு தொடரும் இந்த பந்தம் மூலம்
என்றும் நினைவில் ஏற்றி கொண்டாடுவோம் தந்தையை

மரியாதை

காக்கை கட்டிய கூட்டில் பொறுப்பற்று முட்டையிடும்
ஆக்கங்கெட்ட குயிலுக்கு அகிலமெல்லாம் உண்டு மரியாதை
நோக்கில் வேறாயினும் நேசித்து தன்குஞ்சாய் பாவித்து
காக்கும் காக்கைக்கு கடுகளவு இல்லை மரியாதை

கோடி கோடியாய் முறைகேடாய் குறுக்குவழியில் சொத்து சேர்த்து
மாடிகட்டி வாழ்பவனுக்கு மாபெரும் மரியாதை உண்டு
ஆடுமாடு மேய்த்து அரைவயிருண்டு அரும்
பாடுபடும் எளிய பாட்டாளிக்கு இல்லை மரியாதை

உருவில் அருவருப்பும் உள்ளக் குறையிருந்தும்
பொருளில் செல்வந்தனாய் பேரெடுத்தால் உண்டு மரியாதை
உருவில் அழகும் உள்ளத்தில் நல்ல குணமிருந்தும்
தெருநாயாய் அல்லலுற்று திரிபவனுக்கில்லை மரியாதை

ஓடி ஓடி உழைத்து ஒருமையில் வேட்டையாடிய உணவை
நாடிப்புசிக்கும் நல்ல சிறுத்தைக்கு இல்லை மரியாதை
மிரட்டி சிறுத்தை உணவை பறித்து கம்பீரமாக கால்
பரப்பி உண்ணும் சிங்கத்திற்கு உண்டு மரியாதை

கற்றறிந்தோர் அவையில் கல்லாதவனுக்கும் பொருள்
பெற்றிருந்தால் உண்டு பெரும் அவ்வவையில் மரியாதை
பெரும்பொருள் பெற்றிருந்தார் அவையில் கற்றறிந்தோர் ஆயினும்
வெறுங்கை மானிடருக்கு விழுவது இல்லை மரியாதை

தேடி மிரட்டி திரட்டி பெறும் மரியாதை நிரந்தரமல்ல
ஆடிப் பெருங்காற்றில் அதுவாவே உதிரும் இலைபோல
அம்மரியாதை

நாடித்தானாக வரும் நல்லெண்ணத்திற்கான மரியாதை
கூடிகும்பிடும் குலதெய்வத்திற்கான மரியாதை

யார் நல்லவன்

வெளியில் ராமன் வேடம் உள்ளுக்குள் ராவணன்
துளியும் அறத் தூய்மை அற்றவன் தூயன பேசுபவன்
எளிமை தோற்றத்தில் ஏற்ற வாழ்வோ படாடோபத்தில்
ஒளி விழலாம் உத்தமனென உண்மையில் உத்தமனா

ஊரார் உற்றார் ஓங்கிக் கூறலாம் உத்தமனென
பேர் பெற்றிருக்கலாம் பெருமை மிக்கவனென
ஏரார்ந்த கன்னிகளை ஈர்க்கும் இளஞ்சிங்கம் ஆகலாம்
பாரோர் பார்வையில் நல்லவன் உண்மையில் நல்லவனா

கார்மழைபோல் கர்ணன் போல் வள்ளலாய் இருக்கலாம்
கூர்புத்தி கொண்ட கோமகனாய் அறிவாளியாக இருக்கலாம்
சீர்மிகு செல்வந்தனாக சிறப்பானவனாக இருக்கலாம்
ஊரார்முன் சிறந்தவன் உண்மையில் நல்லவனா

பேச்சால் உலகைப்புரட்டி கட்டிப்போடும் வல்லவன்
மூச்சுக்கு முன்னூறு முறை இறைநாமம் உச்சரிப்பவன்
ஏச்சுக்கு இடமளிக்காது ஏற்றம் எல்லம் பெற்றவன்
கூச்சமின்றி கூறலாமா உண்மையில் நல்லவனென

சிறுதவறுதானே யார் அறிவார் என்ற எண்ணம்
உறுத்தினாலும் மனதை உதறித்தள்ளும் தைரியம்
குறுகுறுவென குத்தினாலும் மறைத்து முலாம் பூசி
நறுமணம் கமழ நடமாடுபவன் நல்லவனா

அன்பும் அறனும் ஒருங்கே கொண்டவன்
துன்பம் யார்க்கும் துளியும் எண்ணாதவன்
வன்மம் மனதில் வளர்த்துக் கொள்ளாதவன்
தன்மனச்சாட்சி நீதிப்படி நல்லவனே நல்லவன் ஆவான்

துப்பாக்கி பேசுகிறேன்

படைக்கப் பட்டேன் பாரில் அபரிமிதமாக நாடு காக்க
உடைக்கப் பட்டன எனது உண்மையாக உரிமைகள்
உடையவனை காக்க எதிர்ப்பவனை உதிரம் அதிகாய் குடிப்பவன்
நான்

படைப்பு மட்டுமல்ல என் பரிணாமும் அபரிமிதம்

படைவீரனின் பகட்டாய் போற்றும் அணிகலன் நான்
படைவீரன் உடையின் பலமான அங்கம் நான்
தடையின்றி இன்று தவழ்கிறேன் பயங்கரவாதி கையில்
உடைந்தன சம்பிரதாயம் உலவுகிறேன் சாமனியனிடத்தும்

அணிவகுப்பை அழகாக அலங்காரம் செய்பவன் நான்
துணிச்சல் வரும் யாருக்கும் நான் துணைாக இருந்தால்
தன்னிச்சையாக நான் தவறியும் செயல் படுவதில்லை
என்இச்சை கேட்டு யாரும் இயக்குவது இல்லை

நான் பிரம்மாவின் பிம்பம் அல்ல சிவன் ஜாதி
நான் ஆக்குபவன் இல்லை நாடி உயிரை அழிப்பவன்
நான் ஊன்உண்ணி நல்ல இரத்தம் குடிப்பவன்
நான் ஜனத்தொகை போல் நாற்புறமும் பல்கிப் பெருகுபவன்

ஒட்டுமொத்த உலகையும் ஒருங்கே உருகி கெஞ்சுகிறேன்
கட்டுப் படுத்துங்கள் கண்டிப்புனாக அபரிமித வளர்ச்சியை
கட்டுப் படுங்கள் அன்பிற்கும் களி அரவணைப்பிற்கும்
கிட்டும் அமைதி அன்பாலே துப்பாக்கியால் அல்ல

அடுத்த தலைமுறையின் உருவாக்கம்

காதல்தான் காரணம் புவியில் உயிர்கள் உருவாக
காதல்இன்றி கருக்கொள்ளாது உயிர்கள் ஏதும்
அன்புக் காதலில்தான் அனைத்துகருவும் உருவாகிறதா
வன்மக் காதலிலும் வலிய கருக்கள் சூல்கொள்கின்றன

வன்மக் காதல் வக்கிர விலங்கிடத்து மட்டுமல்ல
வன்காதல் ஆறறிவு வள மனிதமிடத்து அதிகமுண்டு
ஜென்மம் எடுக்கும் சீரிய உயிர்கள் அனைத்தும்
நன்மகவாய் மாறுவது நற்பிறப்பினாலா வளர்ப்பினாலா

வன்காதலைத் தடுக்க வழிதான் பூவுலகில் என்னவோ
மண்மீது பிறந்த மானிட இருபாலரில் பெண்ணடிமை என்பது
கண்ணிரண்டில் ஒன்றை காயப்படுத்துதல் போலாகும்
பெண்ணின் பிரதான தீர்வாகும் பூரண விடுதலையே

பிறக்கும் குழந்தை இருக்கும் சூழலால்தான்
சிறக்கும் அல்லால் சீரழியும் என்பது
உறக்கம் கொண்டுள்ள உயிர்கள் கூட அறியும்
சிறக்க இருக்க வேண்டுமாயின் சூழலை திருத்துவோம்

பாழ்பட்ட சமுதாயதை பண்படுத்த வேண்டுமாயின்
சீழ்பிடித்து புரையோடிய சிறிய குணங்களை
கீழ்போட்டு தோண்டி குழியில் புதைத்து இனிபிறக்கும்
பாழில்லா குழந்தைகளுக்கு பாடமாய் கற்பிப்போம்
ஒழுக்கத்தையே

இராணுவ வீரன்

எல்லையில் ஆயுதம் ஏந்தி வீரன் அங்கு விழித்தலால்
தொல்லையின்றி தூங்குகிறார் பொதுமக்கள் இங்கு
அல்லல் ஆயிரம் அவன் வாழ்வில் இருந்தாலும்
இல்லத்து தொல்லைகளை தூர வைப்பான் கடமையின் போது

அசையும் அத்தனையும் அவன் பார்வையிருந்து தப்பாது
இசைவு அவனது இல்லாது காற்றும் அசையாது
அசைந்தால் அவனில்லை அவன் ஆயுதம் பேசும்
விசையோடு கிளம்பும் வீரிய துப்பாக்கி ரவை பேசும்

தார் பாலைவனத்தில் தகிக்கும் வெப்பமும் சியாச்சினின் குளிரும்
ஆர்ப்பரிக்கும் காற்றுக்கு அசையும் அடர்வனமும்
நீர்ப்பிடித்து வழியும் நெடிதுயர்ந்த மலைப் பாதையும்
மார்புவிரிந்த மாவீரனுக்கு காலடி மண்ணே ஆகும்

கார்கிலை காத்தவன் கல்வானைக் காத்தவன்
போரென்று வந்தால் புன்முறுவலோடு எதிர் கொள்பவன்
ஆர்ப்பரிக்கும் துப்பாக்கி அடங்காப் பீரங்கிகள் போர் விமானங்கள்
வாரியிறைக்கும் குண்டுகள் ஊடே வெற்றி நடையோடு முன்னேறுபவன்

போர் இல்லாத போது வீரனுக்கு வேலையில்லை
ஊரில் சிலரின் வியாக்கியானம் யாதும் அறியாமல்
பேரமைதிக் காலத்தில் பயிற்சியில் அதிக வியர்வை சிந்தினால்
போர்க்காலத்தில் குறைவாக பெருங்குருதி சிந்தலாம் என பழமொழி

பயிற்சி ஆண்டு முழுவதும் பயிற்சி எதிரியின்
உயிர் குடிக்க பயிற்சி உணவில்லாத போது எப்படி
உயிர் வாழ்வது என உன்னத பயிற்சி ஆறுமலை கடக்க
கயிறு ஏறும் பயற்சி கூடவே ஆயுத பயிற்சியும

எல்லையில் வீரன் நின்றால் எதிரியின் வளர்ந்த புல்கூட
எல்லை தாண்டியது எதிர்த்திசையும் மடிந்து திரும்பும்
கொல்லைப்புற வாயிலாக கூலிகள் நுழைகிறது தீவிரவாதியாக
அல்லக் கைகளாம் அயல் நாட்டு உளவாளி ஆதரவோடு

உற்றுநோக்கும் ஓராயிரம் இயந்திரக் கண்கள் உதவியோடு
ஒற்று பார்த்து ஊடுருவும் அண்டை நாட்டு பிடாரிகளுக்கு
முற்றுப்புள்ளி வைப்போம் ஊடுருவலை முறியடிப்போம்
கற்றுக் கொடுப்போம் கயவர்களுக்கு நாம் யாரென்று

அன்றும்  இன்றும்

அன்று புரவிஏறி அகன்ற பொழுதெல்லாம் செய்த பயணம்
இன்று அறிவு ஜீவிகளின் அறிவியல் படைப்பால்
நின்று போய் மாதம் நெடும் பயணம் சுருங்கி
நன்றாய் சொகுசாக மணிக் கணக்கில் ஆனது

அன்று இல்லை ஆபத்து உயரிழப்பு விபத்தினால் என்று
இன்று இல்லை இக்கட்டில் விபத்தில்லா நாளென்று ஒன்று
அன்று இருந்தன அழகான ஏரி குளங்கள் வடிகால்கள்
இன்று இல்லை எதுவும் நீர்வடிய முறையான வாய்க்கால்

அன்று நாதன் அரை நாளில் அளித்த நல்ல தீர்ப்பு
இன்று மாதங்கள் பலதை தின்றும் திருப்தி இல்லாதது
அன்று கரைபுரண்டு அபரிமிதமாய் ஓடிய நன்னீர் நதிகள்
இன்று கானல் நீராய் கானமல் போய் விட்டன

அன்று உரமேற்றி அறச்செறிவூட்டிய நல்ல நிலம்
இன்று ரசாயன இடுஉரங்களால் களர் நிலமாயின
அன்று இருந்த அசைந்த நல்ல காற்றும் பரந்த காடுகளும்
இன்று காங்கிரீட் இடைச் சுவற்றுக்குள் பூச்செடிகளாய் உள

அன்று நிலாமுற்றத்தில் அரங்கேறியது கலை விளையாடு
இன்று தொலைக்காட்சி இரவல் கதைகளில் முடங்கின
அன்று உண்டனர் ஆரோக்கியமான கூழும் கஞ்சியும்
இன்று உண்கிறோம அவசரமான பீட்சாவும் பர்கரும்

அன்று செய்தி அருகில் சென்றடைய மாதங்கள் ஆனது
இன்று வெள்ளை மாளிகையின் கிடப்புற விலாப்புற வீக்கத்தை
நன்றாய் தெளிவாக நலமாய் காட்டும் கைபேசியில
கன்று காட்டில் ஈனும் சிங்கத்தையும் காணலாம்

கால ஓட்டம்

காலம் இடைநில்லா கடையாணியில்லா சக்கரம்
காலம் கணநேருங்கூட காத்திருப்பது இல்லை யாருக்கும்
காலம் சம அளவு நேரம் தரும் எல்லோர்க்கும்
காலத்தின் கோலம் காரணம் என்பது சாக்குப் போக்கு

காலத்தின் ஓட்டமே கணக்கான பருவநிலை மாற்றம்
காலச் சுழற்சியில் வீழ்ந்தோர் பல்லாயிரம் கோடி
காலம் சுழன்றாலும் ஞாலத்தில் நற்பெயரோடுளர் சிலரே
காலச் சுழற்சி எல்லோர்க்கும் ஓர்நாள் முடிவு தரும்

காலம் சுழலும் கணக்கின்றி இன்னும் பலகோடி ஆண்டுகள்
ஞாலத்தில் இங்கு நாமெல்லாம் சிலநாள் சுற்றுலா பயணிகளே
வாழ்ந்தோர் வீழ்ந்ததும் வீழ்ந்தோர் எழுந்ததும் வரலாறு
தாழ்ந்தோர் உயர்ந்தோர் தரணியில் என்றும் தகராறு

பழையன கழிதலும் புதியன புகுதலும் மரபுதானே
தழைத்தோங்கிய பல்லாயிரம் தனங்கள் தானாகவே மறைந்தன
மழைப்பொழிவிலே மாற்றம் கண்டோம் மானிடத்து காணோமா
உழைப்பது உடலல்ல ஊழியம் செய்வது யந்திரமே மானிடமல்ல

அறிவியலின் அசுர வளர்ச்சி ஆலைகளின் பெருக்கம்
பொறியியலின் பெருமை பூமிப்பந்தே உள்ளங கைக்குள்
செறிந்த பிடிப்போடு சீர்மிகு கண்டு சேர்வது மாபெரும் கழிவும்
அறிந்த நல்முறையில் அகற்றாதது பூமிக்கு காயமே

கழிந்த காலத்தை கடந்து மறந்தால் நிம்மதி கிட்டும்
வழிந்துவரும் காலத்தை வரவேற்றால் மகிழ்ச்சி கிட்டும்
பழி பிறர்மேல் போட்டு தப்பித்தாலும் பலன் கிட்டாது
விழித்துநின்று விடாது வேலை செய்தாலமட்டுமே வெற்றி கிட்டும்

விவசாயி

உழவு இல்லையேல் உலகில் உணவு இல்லை
கழனி இல்லையேல் கதிர் விளைச்சல் இல்லை
நிழலில்லா வெயிலில் நின்று உழைப்பவன் விவசாயி
உழக்கு மிஞ்சாவிடினும் உழைப்பை விடாதவன் விவசாயி

வியர்வை வெளியேற உழைப்பவன் விவசாயி
கயமை கொள்ளாத கடும் உழைப்பாளி விவசாயி
அயற்சி அடையாத அற்புத தொழிலாளி விவசாயி
பயிற்சி செய்யாத பலசாலி பாரிலே விவசாயி

விளைவித்த பொருளுக்கு விலைநிர்ணய உரிமை இல்லை
களைஎடுத்த கணக்கில் கால்படி கூட மிஞ்சவில்லை
சளைக்காது உழைத்தாலும் சமூகத்தில் நற்பெயரில்லை
வளையல் பெண்களும் வரனாக்க விரும்புவது இல்லை

வயல் வேலைகளை வளைக்கரங்கள் விரும்புவது இல்லை
வெயில் வேலைகளை வேங்கையனும் விரும்புவது இல்லை
கயல் துள்ளிய கழனியில் கயலே வருவதில்லை
செயல் அனைத்தும் செய்வது இயந்திரங்களே மனிதரில்லை

பறவைக்கும் எலிக்குமே படியளப்பவன் விவசாயி
கறவை மாட்டுக்கும் கால்நடைகளுக்கும் தீவனம் தருபவன்
விவசாயி

வறுமையில் செய்த வயலை நடுவைக்கு பெய்யாத மழை
அறுவடையில் பெய்து அனர்த்தம் செய்வதும் மழை

வாழும் அனைவரும் விவசாயின் வாடிக்கையாளரே
பாழ்எதனால் பாரினில் விலையில்லாததே விவசாயிக்கு
ஊழ்யாதெனில் உற்பத்தி செலவுக்கு கீழ் விலையாவதே
ஏழ்மை என்பது எழுதப்படாத சட்டம் விவசாயிக்கு

கனவுகள்

தூக்கத்தில் மூளையில் தொடர்வது மட்டும் தானா கனவு
ஆக்கத்திற்கு தேவையான அவசிய எண்ணங்களே கனவு
ஏக்கங்கள் எல்லாம் எண்ண ஓட்டங்கள் ஆவதே கனவு
தேக்கமாகி விடாதுதேடி நனவாக்குவதே நல்ல கனவு

எள்ளி நகையாடும் இனஅளவே பாலபருவ கனவு
பள்ளி பருவத்தில் பாடத் தேர்ச்சியை நோக்கியே கனவு
உள்ள சூழலை உடன் சுற்றியே சழன்று வருவது கனவு
துள்ளும் இளம் வயதில் துடிக்கும் எல்லாம் இயலும் என கனவு

மொட்டாயிருந்து மலர்ந்த பள்ளி காலத்து கனவு
சிட்டாகி சிறகடித்து விரியும் கல்லூரிக் காலத்தில் கனவு
எட்டாக் கனியையும் எட்டிடலாம் என நினைவு
வட்டமிடும் வல்லமை கொண்டது வாலிபக் கனவு

அரும்பும் காதலும் அழகாக முளைவிடும் பருவக் கனவு
கரும்பாய் இனிக்கும் கட்டிளம் பருவக் கனவு
விரும்பும் சேட்டைகள் விளையாடும் விந்தை கனவு
வரும்படி இல்லாவிடினும் வரம்பிலா செலவே கனவ

வேலை தேடும் படலத்தில் விளையாடுவது விரக்தி கனவு
ஆலையிட்ட கரும்பாய் அல்லல்படும் ஆசை கனவு
சோலைஆகும் சுற்றவிட்ட பணி சிக்கினால் நினைவு
மாலைதேடும் மனதில் தோன்றுவது மோகனக் கனவு

இயல்பான வாழ்வில் இணங்கி முடக்க அல்ல கனவு
அயலார் பங்கில் அடையும் வெற்றி அல்ப கனவு
தயவு யாரிடத்தும் கோராது தானாக தன் தினவு
முயற்சியால் இலக்கை முழுமையாக அடைவது ஆகனும் கனவு

தொடுவானம்

வானமும் பூமியும் வளைவில் முத்தமிடும் பொய்க்கோடு
வானம் பொய்யே வளமான பூமியோ மெய்ஓடு
மானமனதின் ஊனம் வெளியானால் மானமும் பொய்ஏடு
கானல்நீர் போல் காணுவதே தொடுவான கோடு

மெய் பொய்யைப் பிளப்பது மெல்லிய கோடு
பொய்யை மெய்யாக்க கோயபல்ஸிச சட்டை போடு
மெய்யை பொய்யாக்க காணாது விட்டுவிடு
பொய் மெய்யில் மெய்ப் பொருள் காண்பதே வேறுபாடு

இருப்பவன் இரப்பவனை இணைக்கும் தோற்றம் தொடுவானமே
திருடனின் ஒப்புதல் வாக்கும் சத்தியமும் தொடுவானமே
சுருக்கம் மறைத்த சரும ஒப்பனையும் இளமையும் தொடுவானமே
நெருப்பும் நீரும் ஒட்டி நிற்கும் தோற்றம் தொடுவானமே

இலக்கில்லா பயணம் தூரத்து தொடுவானமே
கலப்பில்லா பொருளை காண்பதும் தொடுவானமே
அலகில்லா பறவையின் வாழ்க்கை தொடுவானமே
நலமில்லா நம்பிக்கை யின் வெற்றியும் தொடுவானமே

தொடுவானம் போல் தும்பிக்கையில்லா யானை பலம்
கொடுவாள் மீசை மட்டும் தராது கோதண்ட பவம்
தொடுவானம் போல் உறவு கொள் உற்றாரிடம்
அடும்புனலும் முதலையும் போல் உறவு கொள் கற்றாரிடம்

தொடுவானம் என்பது என்றும் பொய்யான தோற்றமே
தொடுவான நம்பிக்கை கொண்டால் கிட்டாது ஏற்றமே
தொடுவானுள் துவண்டு உழன்றால் வராது மாற்றமே
தொடுவான தோற்றத்தை தாண்டினால் தான் முன்னேற்றமே

அன்பு

அன்பால் மட்டுமே அகிலத்தில் அளப்பறிய வளர்ச்சி கிட்டும்
நன்மை செய்யாவிடினும் நல்ல எண்ணமே தேன் சொட்டும்
வன்மம் என்றும் வாழ்வில் கிளர்ச்சிக்கே வித்திடும்
தன்மையான பேச்சும் தயைமனமாலுமே பகைமை செத்திடும்

எல்லோரிடமும் இயைந்து பணிந்து நடப்பது தான் அன்பா
தொல்லை தரும் தவறை தட்டிக் கேட்பதும் அன்பே
வல்லமை படைத்தவனின் வஞ்சகத்தை எதிர்ப்பதும் அன்பே
எல்லா உயிரும் என்றும் நல்லா வாழனுமென எண்ணுவது அன்பே

போரில் வென்றால் புகழோடு விளைவது வெற்றி மட்டுமா
கூர்ஆயுதத்தால் கொலையாகி சாருவிட்ட உயிர்கள் மீள கிட்டுமா
ஆர்ப்பரிக்கும் வெற்றியில் ஆரவாரமாய் கிட்டுவது அடுத்தவன் நிலம்
சீர்தூக்கிப் பார்த்தால் சிறப்பான தல்ல புவியில் இப் பலம்

காசுபணம் இருந்தால் கழுதையும் தேடிவரும்
வீசி வெறுங்கை நடந்தால் வெறும்பயல் பட்டமே ஓடிவரும்
பேசும் சுயபெருமை எல்லாம் பெரும்புகழ் தருமா
ஆசுவாச ஆனநதம் அன்பால் மட்டுமே வருமே

போரில்லாது அன்பு செய்யும் புதுஉலகை படைப்போம்
கூர்ஆயுதம் செய்ய கூடுதல் செலவுத் தொகையை குறைப்போம்
தீர்வு பிரச்சினைக்கு தீர்க்கமான பேச்சு மூலமே காண்போம்
பேரன்பு என்ற பெரும் ஆயுதமே அகிலமாள ஆவனசெய்வோம்

முயற்சி திருவினை ஆக்கும்

நாளையை நம்பி நம்மிடம் உள்ள வேளையை கைவிடலாமா
காளையை விடுத்து கழுதைக்கு கலப்பை கட்டலாமா
வாளைச் சுழற்றி வையத்தில் அமைதியை வாங்க இயலுமா
மூளையை முடுக்கி முயற்சி செய்தால் தான் முடியும் எதுவுமே

ஆற்று வெள்ளநீரின் அடர்கனத்தை அளந்தோம்
காற்று வீச்சின் கருகி வீசும் வேகத்தை அளந்தோம்
ஏற்றமிகு மலையின் எட்டி உயரத்தை அளந்தோம்
ஆற்றல்மிகு ஒலி ஒளியின் அடர்த்தியை அளந்தோம்

ஆர்ப்பரித்து ஒலியின் மும்மடங்கு வேகத்தில் பறந்தாலும்
போர் விமானம் குறி தப்பாது இலக்கைத் தாக்கும்
அடுத்த கண்டத்தின் கண்ணுக்குப் புலப்படாத இலக்கை
தொடுத்த ஏவுகணை துல்லியமாக தாக்கும் முறை கண்டோம்

அர்த்த ராத்திரியில் அமேசான் காட்டில் அணகோண்டா
சர்ப்ப நகர்வை சாகவாசமாக வீட்டில் இருந்தே காணும் முறை
கண்டோம்

இறந்த உடலின் இருதயத்தை பிரித்தெடுத்து பிறிதொரு உடலில்
சிறப்பாக பொருத்தி சீர் வாழ்வு தரும் முறை கண்டோம்

ஆழ்கடலின் அதி ஆழத்தை துல்லியமாக அளந்தோம்
நீ(ள்)ல் வானின் நீண்ட தூரத்தை தொட்டோம்
பாழ்படுவது பகட்டு காட்டும் முயற்சி இன்மை
வீழ்ந்து விடாது விடியல் தருவது தனியாத தேடல் பசி

வானம் சொல்லும் சேதி

அண்ணாந்து பார்த்தேன் ஆகாயத்தை மொட்டை
மாடியின் மீது அமர்ந்து
பொன்மாலை தாண்டிய பின் வேளை
உலா வந்தது நிலா ஊர்ந்து
எண்ணி லடங்கா நட்சத்திர
ஏற்றமிகு பரிவாரங் களோடு
வெண்ணிலா முழுமதியான வெட்கத்தோடு
வந்தது ஊர்கோலம் பூண்டு

அழகு தலைவியாக ஆராவார
தோழிகளோடு உலவும் நிலா
பழகிய பாதையில் தொடரந்து
பவனி வரும் பால்நிலாவை
தழுவி பவனியை தடுக்கும்
பாசமிகு காதலனாய் மிடறு
விழுங்கி வெண்பஞ்சு வெளிர் மேகங்கள்
வெளிவிடுவது கொள்ளை அழகு

பட்டுப் புடவையில் பதித்த
வைரங்களாய் பளீரென ஜொலித்த
நட்சத் திரங்கள் கார்மேகத்தின் நகர்வால்
கடும் ஆக்கிர மிப்பாகி
சட்டென மறைந்து சடுதியில் பளிச்சென்று
இருந்த பகட்டில்லா வாழ்வில்

பட்டென்று வந்த பதட்ட சங்கடமாய்
சட்டென கருத்தது வானம்
கருநீலப் பட்டுப் புடவை களத்தில்
அணிந்தாள் வான் மகள்
உருமாறின வெண்பஞ்சாய் உளவிய மேகங்கள்
அடர் கார் மேகங்களாய்

துருதுரு வென ஊர்ந்து வந்த துடிப்பான
வெண்ணிலா திருடு போனது
கருகரு வென கருத்த அடர்
கார் மேகக் கருங் கூட்டத்துள்
உருக்கி விட்ட வெள்ளியாய்
ஊடுருவிய பளீர் மின்னல்

கருகருத்த மேகத்தை நீராய்
கரைத்து மழையாய் பொழிந்ததும்
திருடு போன வெண்ணிலா
தீங்கிலாது திரும்ப வந்தது
அருமையான பளீர் சுத்தமான
அழகிய நீலவான் வீதியில்

அவன் தான் மனிதன்

பிறந்தான் தவழ்ந் தான் பின்
நடந்தான் ஓடினான் வளர்ந்தான்
அறமே படித்தான் அறிவியலோடு
அறிவை வளர்த் தான்
மறந்தான் அறத்தை மற்ற அறம்
அற்றதை செயலா க்கினா
துறந்தான் மெய்யை துரத்தும்
பொய்யை துதிக்கிறான்
உத்தமனாய் நடிக் கிறான்
உண்மையை மறைக் கிறான்
பெத்தவரை பேண மாட்டான்
பெரியோர் சொல் கேளான்
கத்திக் கத்திப் பேசுவான்
கசப்பை மனதில் வளர்ப்பான்
சத்தமில்லாது தன்காரியம் ஆற்ற
சப்பைக் கட்டு கட்டுவான்

வசதியைப் பெருக் கினான் வாழ்க்கை
தரத்தை உயர்த்தினான்
அசந்தால் ஆளை அடித்து
கொதி உலையில் போடுவான்
பசப்பு வார்த்தை பேசுவான்
பாவ புண்ணியம் பாரான்
கசப்பு ணர்வை விதைத்து
கபட நாடகம் ஆடுவான்

உலகைச் சுருக் கினான்
ஊர்தியைப் பெருக் கினான்
பலவானை பயில் வானை பணத்தால் தீர்மானித்தார்

தீர்மானிப்பது பணம் தான்
இலகுவான எளிய மக்களை
இலக்காக்கி உசுப்பேத் துவான்
கலகம் விளைவித்து கவனம்
ஈர்த்தது தலைவன் ஆவான்

வல்லான் தானே என்பான்
வறியோரை ஏளனம் செய்வான்
பொல்லாத கொடுஞ் செயலை
பொது வழியில் செய்வான்
நல்லான் நானே என மார்
தட்டி தற்பெருமை கொள்வான்
சொல்லாலே சொக்க வைப்பான்
சொன்னதை மாற்றியும் சொல்வான்

நல்லோன் என நற்சான்று நாடி
தேடுபவன் அல்ல மனிதன்
வில்லாய் வானை வளைப்பேனென
வீரம் பேசுபவனல்ல மனிதன்
எல்லோராலும் போற்றி ஏற்றவன்
எளியோர் சொல்லும் கேட்பவன்
சொல்லா லல்ல பொதுச் செயலால்
உயர்ந்தவன் தான் மனிதன்

புத்தகங்கள்

புத்தகங்கள் அறிஞரின் அறிவுக் களஞ்சியம்
புத்தகங்கள் கவிஞரின் கற்பனை ஊற்றுகள்
புத்தகங்கள் முன்னோர் வாழ்வின் தத்துவங்கள்
புத்தகங்கள் காவிய காப்பிய கருவூலங்கள்

புத்தகங்கள் கடந்ததை காட்சிப் படுத்தும் காலங்கள்
புத்தகங்கள் பண்டைய வாழ்வின் சாட்சிகள்
புத்தகங்கள் சண்டையிட் மன்னரின் சாட்சிகள்
புத்தகங்கள் காலச் சுவட்டின் களஞ்சியம்

புத்தகங்கள் வாழ்வை நெறிப்படுத்தும் சட்டங்கள்
புத்தகங்கள் கற்பனைத் தேரின் குதிரைகள்
புத்தகங்கள் மனநோய் தீர்க்கும் மருந்துகள்
புத்தகங்கள் அழகியலை வர்ணிக்கும் சுரங்கம்

புத்தகங்கள் பேச்சாளனின் புத்துயிர் அருவிகள்
புத்தகங்கள் எழுத்தாளனின் ஏணிப் படிகள்
புத்தகங்கள் வாசகனின் வசந்த மண்டபங்கள்
புத்தகங்கள் நாசகாரனை நல்வழிப் படுத்தும் நீதிபதிகள்

புத்தகங்கள் ஆராய்ச்சியை மேம்படுத்தும் ஆயுதங்கள்
புத்தகங்கள் பாராண்ட மன்னரின் வரலாறுகள்
புத்தகங்கள் காதல் நோய் வளர்க்கும் பூஞ்சோலைகள்
புத்தகங்கள் யுக மாற்றத்தின் வித்துகள்

புத்தகங்கள் பள்ளிக் காலத்தில் சுமைகள்
புத்தகங்கள் கல்லூரிக் காலத்தில் கடமைகள்
புத்தகங்கள் பூலோக வாழ்வின் சொர்க்கம்
புத்தக வாசிப்பில்லா வாழ்வு நரகமே

உக்ரைன் போர் வல்லரசுப் போட்டியா

அமெரிக்க ரஷ்யா அகில உலக தலைமைக்கு போட்டி
சமரைத் துவங்கியது சவாலை ரஷ்யா நீட்டி
நேட்டோவில் உக்ரைன் இணைப்பை காரணம் காட்டி
சாட்டையை ரஷ்யா சுழற்றியது ஏட்டிக்கு போட்டி

பொருளாதார தடையை புறந்தள்ளி போர் முழக்கம்
நெருக்கடி மண்வாழ் நான் மானிடர் மனிதர் அனைவருக்கும்
செருக்கு கொண்டால் செந்நீரே போரில் சுரக்கும்
அருமையான தீர்வை அமைதிப் பேச்சே கொடுக்கும்

உக்ரைனின் இரு பகுதிக்கு உரிமைகோரி விடுதலை பிரகடனம்
அக்கறையா ரஷ்யாவின் அடாவடித் தனமா அறியோம்
எக்காரணமும் என்றும் ஏற்புடைய தல்ல போருக்கு
மக்கள் மீது மகா அக்கறை கொண்டு போரைத் தவிர்ப்போம்

அன்னிய மண்ணில் அதிகார சண்டை தொடக்கம்
தென்னையில் கொட்டியதனால் பனையில் நெறிகட்டும்
பின்னிய கச்சா எண்ணெய் தங்கம் விலை ஏற்றம்
மென்னி நெறிகிறது மேதினியில் பங்குச் சந்தை சறுக்கல்

வல்லரசாக மீள முடி சூட ரஷ்யா எத்தனிப்பு
மல்லுக்கட்ட அமெரிக்கா விற்கு அறைகூவல் விடுப்பு
உலக நாடுகள் அமெரிக்கா களமிறங்குமா என கவனிப்பு
திலகம் போராலல்ல அமைதியால் இட வேண்டும் என்பதே நினைப்பு

ஏதிலார் குற்றம் போல்

தவறிழைக்கா மனிதன் தரணியில் உண்டோ
தவறென்பது தான் அறியாது செய்வதாகும்
தவறு என அறிந்தே தடுமாறாது செய்வது தப்பு ஆகும்
தவறுக்கு மன்னிப்பும் தப்புக்கு தண்டனையும் வேண்டும்

பசுத்தோல் போர்த்திய புலியாகவே பலர் உளர்
அசுத்தத்தை அகத்தில் அநேகர் கொண்டு உளார்
விசும்பும் கண்ணீர் விந்தை மனிதரின் விளையாட்டு
குசும்பு பேசுவோர் தன் குற்றத்தை உணர்வாரோ

பக்தியுள்ளவன் அத்தனை பேரும் சத்தியவானா
பக்தியை முன்னோர் புகட்டியது குற்றத்தை குறைக்கவே
அடுத்தவன் தப்புக்கு அடுகடுக்காய் குற்றம் கூறுவான்
தடுத்தாள்வான் தன் தப்பை ஆயிரம் காரணம் சொல்லி

சாட்சியம் தேவை சட்டத்திற்கு குற்றத்தை நிரூபிக்க
மாட்சிமை பொருந்திய மாண்புமிகு கீழமை நீதிமன்ற தீர்ப்பே
ஆட்சி செய்யும் அடுத்த உயர் உச்ச நீதிமன்றத்தில் மாறுதலாகிறது
நீட்சி யாதெனில் நீதி ஒன்றல்ல பலவென்பது ஞாயமோ

வறுமையைபோக்கினால் வாழ்வில் குற்றம் குறையலாம் என கருத்து
சிறுமதியை தொலைத்து பெருந் தன்மை பேணினால் குறையலாம்
அன்பு கொள்ளும் அறப் பண்பை வளர்த்தால குற்றம் குறையலாம்
தன் தவறை உணராத வரை ஓயப் போவதில்லை குற்றம்

மழலைச் சொல் கேளாதவர்

அறிஞர் பெருமக்கள் ஆற்றிய தத்துவ உரையும்
செறிந்த கருத்துடைய சீரிய காப்பிய கவிதையும்
பறிக்காத மலரின் பதமான வாசம் தரும் நறுமணமும்
சிறியது ஆகும் மழலை சிந்தும் மொழிக்கு முன்னே

திருவாசகத்தில் உருகித் திளைப்போர் ஆழ்வார்
அருளிய திவ்ய பிரபந்தத்தில் மூழ்கிக் குளிப்போர்
பெருமாள் புகழ் மாலை பாடும் பாசுரம் பாடுவோர்
மருகாரோ மழலையின் மதிமயக்கும் மொழி கேட்டு

கத்துங குரலோசையும் கனிரசம் ததும்பும் கவிதையும்
கெத்துக் காட்டும் கானாவும் சற்றும் சளைக்காது
தத்தித் தத்தி நடைபோடும் சிந்து கவியும்
முத்தென உதிர்க்கும் பிள்ளை பேச்சுக்கு ஈடாகுமோ

புல்லாங்குழல் தரும் போதை கீதம் ரசிப்போர
கல்லை சிலையாக்கிய கலைச்சிற்பியின் செயலை வியப்போர்-
வான
வில்லில் குலைத்த வண்ணம் எடுத்து ஓவியம் வரைந்தோர்
செல்ல மழலை குரலுக்கு மதி மயங்காரோ

மெய்ப் பொருள் காண்பது அறிவு

கருத்தின் உண்மைக்கருவை தன்மை உணர்தல் வேண்டும்
விருப்பு வெறுப்பின்றி விளங்கி கருத்தை புரிதல் வேண்டும்
கருப்பு ஆடுகள் கசியவிடும் பொய்யை களைதல் வேண்டும்
நெருப்பு சுடுவது போல் நிஜத்தை அறிதல் வேண்டும்

பன்னெடுங் காலப் பொய் நாளடைவில் மரபாகிடும் அன்று
தென்னையில் பேய் தூளியாடும் என்றனர் அன்று
கன்னங்கரு இருளில் காரிகை தெரிவாள் எனபரன்று
சின்ன சின்ன புரளிகள் சீரிய பொய்யென்று புரிந்தது இன்று

உலகம் உருண்டை என உண்மையை கலிலியோ சொன்னார்
கலகம் செய்கிறான் எனக் காரணம் கருதி சிறையில் அடைத்தனர்
உலகம் உருண்டை உண்மைதான் என்பதை இன்று உணர்ந்தோம்
சலனமின்றி இனிமேல் சகலத்தை யும் இனி ஆய்ந்து அறிவோம்

வலம் வரும் செய்தியை வாசித்து பகுத்தறிந்து உணர்வீர்
உலா வரும் வதந்தியை உதைத்து உதாசீனம் செய்வீர்
சொல்லப் படும் சொல்லின் மெய்த் தன்மை ஆராயவீர்
வெல்லக் கட்டி இதுவென வீண் கொண்டாடலை தவிர்பீர்

இலக்குவன் மாயாவி இந்திரஜித்தை கொன்றது இதிகாசத்தில்
பலவான் விஜயாலயன் பெரும் சோழப்பேரரசுக்கு வித்திட்டது
வரலாற்றில்
கலக்காது இரண்டையும் கவனித்து வேறுபாடு அறிந்தால்
நலம் பயக்கும் நமக்கு என்றும் மெய்ப்பொருள் புரிந்தால்

மருந்தென வேண்டாவாம் யாக்கைக்கு

மருந்துகள் தேவையா மனித உடலுக்கு உண்மையில்
அருந்தும் உணவே அருமருந்தாக என்றும் இருந்தால்
பருந்தும் காட்டில் பாய்ச்சல் காட்டும் சிறுத்தையும்
மருந்து தேடி மலைக்காட்டில் அலைந்தது கண்டது உண்டோ

பறவை விலங்கின் பணியானது முழு நேரமும் உணவு தேடலே
சிறந்த அறிவாளி சிறப்பாக மனிதன் பல தொழிலை செய்வதாலே
அளவற்று உண்கிறான் அறுசுவை தேடி அவைகிறான்
தெளிவற்று திரிகிறான் திரவியம் சேர்க்க முனைகிறான்

உணடது என்ன உண்ணக் கூடாதது என்ன என
கண்டு உண்டால் கடுகளவும் நோயற்ற வாழலாம்
கண்டதையும் உண்டு கவலையும் வளர்த்தால்
அண்டி வளரும் அனைத்து நோயும் உடம்பில்

பித்தம் வாதம் கபம் மூன்றையும் ஒழிக்காமல்
சொத்து போல் சேர்த்ததுல உடம்பில் வளர்த்தால்
தித்திக்காது வாழ்வு திண்டாட்டமே தரும்
பத்திக்கும் நெருப்பாய் பலவகை நோயும் தொற்றும்

சுக்கு மிளகு திப்பிலி தினசரி உணவில் சேர்த்தால்
வக்கற்றுப் போய்விடும் உடலை வாட்டும் நோய்கள்
அக்கால மனிதர் அன்றாட உணவில் சேர்த்தும்
முக்கியமாக இயற்கையோடு ஒன்றியும் நோயற்று வாழ்ந்தனர்

உடற்பயிற்சி செய்தால் உள்உறுப்புகள் வேலை செய்யும்
நடைபயிற்சி செய்தால் நாளத்தில் இரத்தம் பாயும்
இடை இடையே வாசித்தால் மூளை சுறு சுறுப்பு அடையும்
அடைமழை பனி அனல் வெப்பம் அண்டாது உடலை

மாசு நிறைந்த நீரையே இன்று பருகுகிறோம்
தூசும் மாசும் கலந்த காற்றையே சுவாசிக்கிறோம்
பேசுவது முதல் உண்பது வரை வேதியியலின் ஆதிக்கம்
ஆசுவாசம் உண்டு திரிகடுகம் உண்டால் மாசின் போதும்

வீழ்வேனோ வேடிக்கை மனிதரைப் போல்

வெட்டிக் கதை பேசுவர் வீண் புரளி கிளப்புவர்
கொட்டிக் கிடக்கும் கொஞ்ச நேரத்தை வீணடிப்பர்
நெட்டிச் சோம்பல் முறித்து பிறரைக் குறை கூறுவர்
தட்டிக் கழிப்பர் கடமையை தவஞானி போல் பேசுவர்

காளான் பறிக்க கடப்பாரை கொண்டு செல்வர்
வேளா வேளைக்கு உணவு கிடைத்தால் வீராப்பு பேசுவர்
நாளையும் பொழுதையும் பேசியே நகர்த்துவர்
வேளாண்மைக்கு ஆளில்லை என வியாக்கியானம் பேசுவர்

நல்ல வேலை கிடைக்க வில்லை என நாடகம் ஆடுவர்
செல்ல வேலை வீடு தேடி வர வேண்டும் என்பர்
பொல்லாத சனியின் ஆதிக்கம் ஜாதகத்தில் என்பர்
இல்லாததைப் பேசியே உள்ள பொழுதை கடத்துவர்

ஆனை குதிரை கட்டி ஆண்ட பரம்பரை என்பர்
மானும் மயிலும் உலவிய நந்தவன சொந்தக்காரர் என்பர்
தேனும் பாலும் திகட்ட திகட்ட உண்டவன் என்பர்
தான் என்ன சாதித்தேன் என கடைசிவரை உரையார்

வீழ்வேனோ வேடிக்கை மனிதரைப் போல் என சூளுரைப்பீர்
சூழும் இடர்களை தூசு போல் தூளாக்கி வெல்வீர்
பாழும் வெட்டிப் பேச்சுக்கு விடை கொடுத்து இலக்கை எய்துவீர்
கீழ்த்திசை கதிரவன் போல் தங்க ஒளி வீசி தகதகப்பீர்

இலங்கை பொருளாதார வீழ்ச்சி

இலங்கை பொருளாதாரம் இன்று கலங்கிய குட்டை
மலங்க விழிக்கிறார் மக்கள் குட்டை மீனாக
துலங்குமா கலங்கிய நீர் தெளிந்த நீராகுமா
கலக்கியது யார் அந்நியனா அரசியல் வாதியா

அன்னிய செலவாணி கையிருப்பு அறவே இல்லை
பின்னிய விலைவாசி விண்ணை முட்ட எரிபொருள் இல்லை
நன்னீரால் இயற்கை விவசாயமும் ஓர் காரணம்
சன்னமில்லை விளைச்சல் சரிபாதியாக குறைவு

காற்று மாசற்ற பசுமை வளமிக்க நாடு
சோற்றுக்கு திண்டாட்டம் சுய உற்பத்தியோ பெரும்பாடு
சீனா புகுந்தால் ஆமை புகந்த வீடு போலத்தான்
சீனக்கடனுக்கான வட்டியே இன்றைய பெரும் நெருக்கடி

ஈழத் தமிழருக்கு இல்லை பிரச்சனை இவ்வாறு
வாழப் பழகிவிட்டனர் முப்பது ஆண்டாக இவ்வாறு
ஈழப் போரைக் காரணம் காட்டி வளர்ச்சிப்பணி செய்யாது
ஆழம் தெரியாது காலை விட்ட சிங்களவன் அல்லாடுகிறான்

சிங்களத்துக்கு தேவையா இராணுவம் இன்னுமே
சிங்கள ராணுவப்பணி ஈழத் தமிழனை கண் காணிப்பதே
வங்கக் கடலில் தமிழக மீனவனை கைது செய்வதுமே
சிங்களப் படையின் தலையாய பணியாக உளதே

உலகத் தமிழர்களே ஓரணியில் ஒன்று படுவீர்
இலங்கைத் தமிழரின் அதிகாரத்தை மீட்டு எடுப்பீர்
இலக்கான ராஜீவ் ஜெயவர்த்தனே ஒப்பந்தத்தை அமல் படுத்த
இலங்கையை நிர்பந்திக்க இந்தியாவுக்கு நல்ல வாய்ப்பு

நோக்குந் திசையெல்லாம்

பிறப்பொக்கும் எல்லா உயிர்க்கும் என
திறம்பட அறம் போதித்தவர் திருவள்ளுவர்
நோக்குந் திசையெல்லாம் நாமின்றி வேறில்லை என
ஆக்கம் செய்தார் அதையே அழகாக மகாகவி

ஆறு கடல் மலை பனி வயல் பாலை என
வேறுபாடு காண வேண்டாம் அனைத்தும் நாமே
சோறு போடும் வயலும் சோதனைக் கூடமும்
வேறு வேறு என ஊறு செய்ய வேண்டாம்

நிற்பது நடப்பது பறப்பது நீந்துவது அனைத்தும்
சொற்பம் என அலட்சியம் செய்ய வேண்டாம்
அற்ப எண்ணிக்கை யிலான அழியும் உயிர் இனங்களை
அற்புதம் செய்து பெருக்க வழி காண வேண்டும்

இயற்கையின் சமநிலை பாதுகாக்கும் வண்ணம்
செயற்கை படைப்புகளை அளவோடு சமைப்போம்
பஞ்ச பூதங்களை சுத்தமாக பாதுகாக்க கழிவுகளை
மிஞ்ச விடாது சுத்திகரித்து வேறு பயன்பாடு கொள்வோம்

மனிதம் மட்டுமல்ல மற்றைய உயிர் இனங்களும்
புனிதம் என்ற புண்ணிய எண்ணம் வேண்டும்
கனிவான அன்பே உலகாளும் ஆயுதமென
இனிதான விதியை புதிதென என்றும் போறறுவோம்

முதுமை

இன்றைய இளங்குருத்து நாளைய முதிர் ஓலை
இன்றைய இளம் மருமகள் நாளைய மாமியார்
என்றும் இளமை தொடராது முதுமை வந்தே தீரும்
நன்று முதுமையும் நோயற்ற வாழ்வு வாழ்ந்தால்

இளமை பலம் முதுமையில் இராது என்பது இயல்பு
வளமை பணத்தில் அல்ல ஆரோக்கியத்தில் வேண்டும்
அளவான எடை வளமான நடை என்றும் வேண்டும்
உளத்தில் அமைதி உணர்வில் நிம்மதி வேண்டும்

உடல் பலம் முதுமையில் குறைவு என்பது உண்மை
தொடர் வாழ்வில் பெற்ற பட்டறிவின் பலமே அதிகம்
உடலை மூளையை இயக்கத்தில் வைத்தல் வேண்டும்
கேட்காத வரை ஆலோசனை யார்க்கும் கூற வேண்டாம்

எழமுடியாது எனும் எண்ணத்தில் முடங்குவோர் ஏராளம்
கிழப்பருவத்திலும் மன வலிமை இருந்தால் சாதிக்கலாம் தாராளம்
அழகும் வயதும் தேவை இல்லை ஆளுமை நிரூபிக்க
பழகும் முறையே பலரையும் பின்தொடர வைக்கும்

முதுமையும் தொடர் மனித வாழ்வின் ஓர் அங்கமே
ததும்பிய இளமையில் தவற விட்டதைத் தேடாதீர்
வெதும்பினால் பலன் இல்லை ஆரோக்கியமே கெடும்
சதுரங்க ஆட்ட சாதுர்யத் தோடு முதுமையை வெல்வீர்

மஸ்குவா போர்க் கப்பலின் ஜலசமாதி

சோவியத் கூட்டமைப்பின் காலத்தில் உருவானது
தாவிடும் ஏவுகனையை சரமாரியாக தொடுக்க வல்லது
பேரழிவு ஆயுதங்களை அடிமடியில் சுமக்கும் நாசகாரன்
நீரடியில் செல்லும் நீர் மூழ்கியை வேட்டை யாடும் நீர் வீரன்

அமெரிக்க விமானந் தாங்கி கப்பலுக்கு நிகரானது
சமரை தனியே நடத்தும் சாமர்த்தியம் கொண்டது
எமனுக்கு எமனாகவே செயல் படும் வல்லமை கொண்டது
மாபெரும் பின்னடைவு ரஷ்யாவுக்கு இதன் மூழ்கடிப்பு

சிரியப் போரில் எதிரியை சின்னாபின்ன மாக்கிய சூரன்
உயரிய பண்பலையால் பாதுகாக்கும் ரேடாரை திசைதிருப்பி
அரிய ஏவுகணையால் தகர்த்தோம் என வீரா வேசம் பேசும்
பெரிய உக்ரைன் பேச்சை அறவே மறுக்கிறது ரஷ்யா

கப்பலின் அடிமடியில் நிகழ்ந்த வெடிவிபத்தே
கப்பல் கருங்கடலில் மூழ்கக் காரணம் என
சப்பைக் கட்டு கட்டுகிறது ரஷ்யா என்கிறது உக்ரைன்
எப்படி ஆனாலும் மஸ்குவாவின் ஜலசமாதி உண்மையே

போரை முடிவுக்கு கொணர நேட்டோ எத்தனிக்க வில்லை
எரியும் நெருப்பில் எண்ணெய் வார்ப்பது போல்
கரியான உக்ரைனுக்கு அதிக ஆயுதம் வழங்கு கிறது இனி
பேரழிவு ஆயுதங்களை ரஷ்யா பயன்படுத்த வாய்ப்பு அதிகம்

முறியாத சிறகு

பறவையோடு ஒன்றி இருந்தால் சிறகுக்கு அழகு
சிறகோடு இருந்தால் தான் பறவைக்கும் அழகு
முறிந்த சிறகுக்கு என்றும் இல்லை முக்கிய த்துவம்
செறிந்த கருத்தோடு இருக்கும் சொல்லே அழகு

பசியால் உணவுக்கு அல்லாடுவோர் புவியில் பல்லாயிரம்
புசியாது விழாக்களில் வீணாகும் உணவும் பல்லாயிரம்
பசியும் வீணான உணவும் முறிந்த சிறகுகளே
வசியம் ஏதும் உளதோ இவ்விரண்டை இணைக்க

விளைவித்த நெல் மழையில் வீணாக நனைவதும்
களையெடுத்த பயிர் நீரின்றி காய்ந்து போவதும்
சுளையாய் பழுத்த பழங்கள் வீணாகி அழுகுவதும்
தளையில்லா யாப்பு போல முறிந்த சிறகுகளே

கோடியில் முகங்கள் பூமியில் எல்லாம் வெவ்வேறு
நாடிய வேடங்கள் எல்லாம் நற்பெயர் வாங்கவே
சூடிய வேடங்கள் எல்லாம் உண்மை அல்லவே
ஆடிய ஆட்டத்தின் அரிதாரமே ஒட்டிய சிறகுகளே

மன உறுதி தன்னம்பிக்கை பகுத்தறிவு மனித சிறகு
அனலாலும் அழிக்க இயலா அற்புத சிறகு
கனவை நனவாக்க சிந்தனை செயலே சிறகு
சினம் மேல் எழாதவரை இவை முறியாத சிறகு

வெட்டிய சிறகால் பயன் ஏதும் இல்லை
ஒட்டிய சிறகோ உறுதியானது இல்லை
கட்டிக் காக்க வேண்டியது நம்பிக்கை சிறகை
கெட்டியான நம்பிக்கை சிறகையே விரிக்கலாம் பறக்கலாம்

உழைப்பாளர் தினம்

அகில உலகின் ஆகச் சிறந்த உபகரணம் கைவிரல்களே
மகிழ்ந்து மனிதன் உருவாக்கியது எல்லாம் விரல் திறனாலே
உடல் உழைப்பாலும் அறிவாலும் உருவானது தொழில் புரட்சி
அடாது உழை என விடாது துரத்தின முதலாளித்துவ ஆட்சி

கொடியது ஆயின கால வரையறை அற்ற உழைப்பால் ஓய்வு
விடியல் காணா ஓயாத உழைப்பால் உடலில் தேய்வு
வெடித்தது புரட்சி வேலைக்கு காலக்கெடு கோரி
படிந்தது ஆதிக்க சக்தி எட்டுமணி நேர வேலைக்கு மாறி

அனுபவிக்கும் அத்தனை வசதிக்கும் காரணம் உழைப்பே
அனுவைப் பிளந்து சக்தியை வெளிக் கொணர்ந்தது உழைப்பே
கனவாய் தோன்றியது எல்லாம் நனவாக்கியது உழைப்பே
வினாக்களை எல்லாம் விடை ஆக்கியது உழைப்பே

கடின வேலைகளை எளிதாக்க உருவாகியது இயந்திரம்
தடிமனான வேலைகளை எல்லாம் செய்வது இயந்திரம்
படிய வைத்து கண்காணிப்பது அறிவின் உழைப்பே
மடியாது இம்மாஉலகம் அறிவும் உழைப்பும் ஓயாத வரை

சிறந்த உலக கட்டு மானத்தை படைத்தது உழைப்பாளியே
விரைந்து பறக்கும் விமானத்தை படைத்தது உழைப்பாளியே
பரந்த கடலில் மிதக்கும் கப்பலை படைத்தது உழைப்பாளியே
திறந்த மனதோடு போற்றுவோம் உலக உழைப்பாளிகளை

ஒழுக்கமில்லா எழுத்தறிவு

ஒழுக்கமில்லா கலவி துடுப்பு இல்லா தோணி போல
அழுக்கில்லா கல்வி அறிவுடன் கண்டிப்பும் சேர்ந்ததுவே
எழுத்தறிவு ஒன்றே கல்வி என்பது ஏற்புடைய தல்ல
எழுத்தோடு நல்ல எண்ணமும் கற்பிப்பதே முழுக்கல்வி

வளைக்க வேண்டிய வயது பள்ளிப் பருவ வயதே
களையும் சேர்ந்தே முளைக்கும் இவ்வயதில் பயிர் போலே
களையை களைய வேண்டியது பள்ளிக் கல்வியே
களைந்தால் தான் கலவிப் பயிர் நல்ல விளைச்சல் தரும்

பள்ளிப் பருவ வயது பரந்து பட்ட மண் போல
அள்ளி பக்குவமாய் பிசைந்து தருவதே நல்ல கல்வி
தெள்ளிய பிசைவாலே வடிக்கலாம் பற்பல வடிவங்கள்
தள்ளி நின்று தண்ணீர் தெளிப்பது அல்ல கற்பிப்பது

கண்டிப்புடன் கூடிய கல்வி இசை தரும் புல்லாங்குழல் போல
கண்டிப்பில்லா கல்வி தீ மூட்டும் அடுப்பூதும் குழல் போல
மண்டியிட வேண்டாம் ஆசிரியருக்கு மரியாதை கொடு
தண்டனை தவறை திருத்தவே பழியுணர்ச்சி கொள்ளாதே

வருங்கால மெனும் மாளிகையை நிர்மாணிக்கும் தூண்களே கல்வி
கருங்கல்லோடு கலை நயமும் சேர்ந்தால் உருவாகும் அழகு மாளிகை
தெருக்கல் போல் சிதறிக் கிடந்தால் எழாது நல்ல மாளிகை
தரமான கல்வி ஒழுக்கம் எனும் கலைநயமும் சேர்ந்ததுவே

கண்டிக்கும் அதிகாரம் ஆசிரியருக்கு கண்டிப்பாக வேண்டும்
தெண்டம் என திட்டியதையே பொறுக்காத பெற்றோரே
சண்டித்தனம் பண்ணும் பிள்ளையை தண்டிக்க அனுமதிப்பீர்
தண்டனையே நல்வழிப் படுத்தும் மருந்தாய் அமையும்

பொறாமை தீ

ஆக்குந் தீயல்ல பொறாமை அழிக்கும் தீயே
காக்குந் தீயல்ல பொறாமை காட்டுத் தீயே
நாக்கும் தீ அது உதிர்க்கும் பேச்சும் தீயே
ஏக்கப் பெருமூச்சும் தீ ஏச்சுப் பேச்சும் தீயே

கொஞ்ச கொஞ்சமாய் உளப் பகையை மூட்டும் தீ
வஞ்சக நெஞ்சில் எண்ணெய் வார்த்து வளர்க்கும் தீ
நஞ்சில் நனைத்த பஞ்சாய் பற்றி எரியும் தீ
மஞ்சத்தில் மல்லாந் தாலும் மனதை வாட்டும் மந்திர தீ

தன்னைத் தானே எரிக்கும் ஆயுதம் பொறாமை தீ
சின்னதாய் கூட நிகழாது எதிராளிக்கு தீமை தீ
தின்னை பேச்சுகள் எரியும் தீக்கு எண்ணெய் வார்க்கும்
உன்னை நீ உயர்த்த எண்ணினால் நல்வழி ஆசைகொள்

எட்டாத உயரத்தை தொட்டு விட கடும் முயற்சி தேவை
கொட்டாவி விட்டு கோபம் கொளல் பொறாமையே
எட்ட முடியாத இலக்கு என்று ஒன்று இல்லை புவியில்
கெட்டியான விடா முயற்சியால் எட்டிடலாம் எதையும்

வெற்றி என்றும் விளையாது வீண் பொறாமையால்
வெற்று கோப தாபங்களே விளையும் பொறாமையால்
மற்றவரின் உயரத்தை எட்டிட போட்டி போட்டு உழைப்பீர்
கற்ற வித்தையால் பெற்றிடலாம் வெற்றி பொறாமையாலல்ல

ஆசை

அறிவை வளர்க்க அனைத்தையும் கசடற கற்க ஆசைகொள்
செறிந்த அறத்தோடு சீர் அறிவை வளர்க்க ஆசைகொள்
அறிவியல் படி பொருள் அறிந்து புரிய ஆசைகொள்
முறியாது உலவும் மூட நம்பிக்கையின் மெய்ப் பொருள் காண
ஆசைகொள்

உயர் இலக்கை அடைய நேர்வழியில் முயல்வது நல்ல ஆசை
துயர் எது வந்த போதும் துவளாது தொடர்வது நல்ல ஆசை
அயராத உழைப்போடு அர்ப்பணிப்பும் வேண்டும் வெல்ல ஆசையை
கயமை கொன்று கடும் முயற்சியால் வெல்லலாம் ஆசையை

பொருள் சேர்க்க அறவழி ஆசை கொளல் நலம்
இருள் சேரும் புறவழி ஆசையால் பொருள் சேர்ந்தால்
பெருந் தருவாய் தழைக்கும் தருமவழி சேரும் தனம்
அருட்பார்வை கொண்டு அநாவசிய ஆசை தவிர்த்தல் நலம்

குற்றம் செய்யத் தூண்டுவது பொல்லாத பேராசை
இற்றுப் போன சட்டத்தை மீறச் செய்வது பொல்லா பேராசை
மற்றையோர் காணா விடினும் மனதில் முளைக்கும் ஆசை
உற்ற மனச்சாட்சிக்கு மாறாயின் தொல்லை தரும் ஆசையே

அனைத்து உயிரிடத்தும் அன்போடு பழக ஆசைகொள்
நனைத்து ஓடும் நதியில் கலக்கும் கழிவை தவிர்க்க ஆசைகொள்
பனித்துளி அளவு நஞ்சு பாற்குடத்தையே நஞ்சாக்கல் போல்
தினையளவு வஞ்சக ஆசை தீமையே அன்றி நன்மை தராது

பிறந்த குழந்தை முதல் போதிப்போம் அறவழி ஆசையை
திறந்த மனதோடு நேர் வழியில் சாதிக்கும் சீர் ஆசையை
மறந்தும் குறுக்கு வழிக்கு மாற்றாத நேர் ஆசை போதிப்போம்
சிறந்த மானுடத்தை உருவாக்க சீரழிக்கும் பேராசையை
வேரறுப்போம்

கனவு மெய்ப்பட வேண்டும்

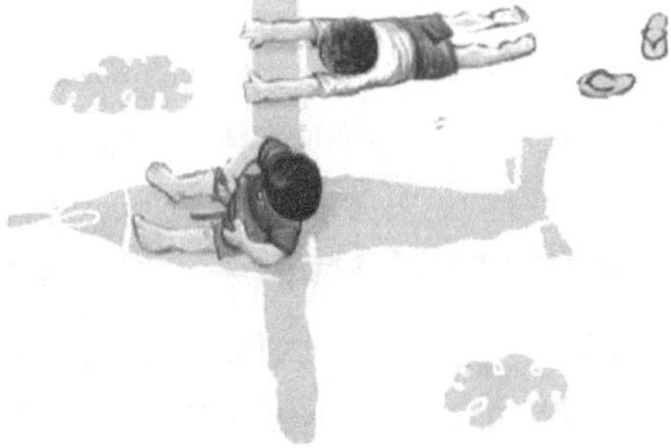

எல்லா வளமும் கொண்டது எங்கள் தாய்த்திருநாடு
இல்லாமை எனும் இருளை இங்கிருந்து விரட்டனும்
கல்லாமை ஒழியனும் உயர் கல்வி எல்லோர்க்கும் கிடைக்கனும்
பொல்லாத உடல் நோய் ஒழிக்க சுகாதார பேரியக்கம் காணனும்

வங்கத்து நீரின் மிகையை சங்கத் தமிழ் நாட்டோடு இணைக்கனும்
செங்கரும்பு கோதுமை செந்நெல் பங்கமின்றி விளைவிக்கனும்
கங்கையின் புனிதமும் காவிரியின் தூய்மையும் காக்கனும்
எங்கும் மிகுந்துள்ள ஊழல் புற்றை முற்றிலும் ஒழிக்கனும்

ஆலையும் கலவிச் சாலையும் உலகத் தரத்தில் அமைக்கனும்
வேலையின்மை ஒழிக்க உழவை தொழிலாய் ஏற்கனும்
சோலையை காட்டை உருவாக்கி காற்றை தூய்மை ஆக்கனும்
மாலை விளையாட்டை மாபெரும் இயக்கமாக்கி வெல்லனும்

உற்பத்தியை உயர்த்தி தரமும் தன்னிறைவும் அடையனும்
விற்பனையில் உலகச் சந்தைப் போட்டியில் வெல்லனும்
நிற்பது நடப்பது பறப்பது நீந்துவது எல்லாம் உறவு ஆகனும்
அற்புதம் நிகழ்த்தி அறிவியலால் ஆக்கம் செய்யனும்

உழைப்புக்கு உரிய மரியாதை ஊதியம் கொடுக்கனும்
உழைப்பவன் தாழ்ந்தவன் எனும் நிலை ஒழியனும்
அழைத்து அகிலத்தை அகிம்சையை ஆதரிக்கச் சொல்லனும்
தழைத்து பூவுலகம் ஓங்க அழிக்கும் பேராயுதத்தை அழிக்கனும்

பயணம்

நல்ல பாதை ஒன்று பயணம் செய்ய வகுத்திடு
கல்லும் முள்ளும் கண்டு கலங்காது கடந்திடு
வெல்லும் சிந்தை ஒன்றே சிரத்திற் கொண்டு நடந்திடு
செல்லும் பாதையை செதுக்கி கொண்டே சென்றிடு

இடைப்படும் பூப்பாதை கண்டு மனம் பூரித்திடாதே
தடை செய்யும் முட்பாதை கண்டு முடங்கிடாதே
விடைகாண இடர் வந்தால் விரக்தி அடைந்திடாதே
மடைமாற்றம் செய்யும் மடமைக்கு மயங்கிடாதே

ஓராயிரம் இடர்கள் வரலாம் பயணத்தை சுற்றி
கூர்புத்தியால் இடரை கடந்து செல்வதே வெற்றி
நேருக்கு மாறான துர் புத்தியை அறவே அகற்றி
நேர்யுக்தியால் இடரை வெல்வதே நிலையான வெற்றி

நல்லோர் மனம் புண் படாது நயமாய் நடந்திடு
இல்லாது இரப்போர்க்கு உன்னால் இயன்றதை கொடுத்திடு
வல்லான் சொல்லுக்கு எப்போதும் வசப்படாது மீண்டிடு
புல் பூச்சியின் புவிவாழ் உரிமையை உணரந்திடு

கல்லாரை கண்டு கடிந்து இகழ்ந்து வெறுத்திடாதே
கல்வி மட்டுமே பெரும் அறிவு என எண்ணிடாதே
கல்லாரும் பட்டறிவால் பெற்றிடலாம் பெரும் ஞானம்
சொல்லால் யாரையும் காயம் செய்யாதே நல்ல ஞானம்

வாழ்க்கை பயணத்தில் தேடல் ஒருபோதும் ஓயாது
ஆழ்ந்த தேடலில் பொருள் மட்டுமே அடங்காது
வீழும் ஒவ்வொரு வினாடியும் கடந்த காலமே
வாழும் காலத்தில் பதித்திடு எதாவது நல்ல தடமே

இசை

அதிகாலை அழகிய பறவைகளின் குரலோசை ஓரிசை
சுதியோடு சுரம் போல பாடும் பறவை பண்ணிசைக்கு
ஜதியோடு ஆடும் சேவல் கூவும் சங்கொலி ஒத்திசை
மதிமயங்கி துயில்வோரை எழுப்பும் பூபாளம் இவ்விசை

காட்டின் அமைதியை கிழிக்கும் ரீங்காரம் பண்ணிசை
தோட்டப் பூவில் தேன் எடுக்கும் ஈக்கள் ஓசை இன்னிசை
கீற்றோலையை வருடும் தென்றல் எழுப்புவது மெல்லிசை
காற்று புகுந்த மூங்கில் காடு இசைக்கும் கானம் குழலிசை

கட்டான கருமேகம் தாளம் தட்டுவது மேள இசை
நட்டநடு நிசியில் தவளை ஓதுவது மந்திர இசை
சுட்ட வெயிலில் ஆவியான கடல்நீர் வதுவாகி மின்னல்
படம் பிடிக்க வரனாம் புவியோடு கலப்பது மழை பொழிவிசை

வீசும் காற்றின் வேகத்தின் பேரோசை ஓரிசை
மாசற்ற காட்டின் மையத்தில் சிங்க கர்ஜனை ஓரிசை
கூசாத நிலவொளியில் குளிரோடு கூடிய நிசப்தம் ஓரிசை
பேசாத கழனியில் பயிர்கள் உரசி பேசுவது ஓரிசை

வீழும் அருவியின் இரைச்சல் ஒருவகை இசை
ஆழமான ஆற்றின் அமைதியான வெள்ளம் ஓரிசை
சூழும் கடலலை சுழன்று கரை மோதுவது ஓயாத இசை
வாழும் மனிதன் வளமான சங்கீதம் ஆக்கினான் இவ்விசையை

முதலாளியா தொழிலாளியா

பரந்து விரிந்த பூவுலகிலா இல்லை வாழவழி
தரம் தனதை உயர்த்தினால் தானே பிறக்கும் வழி
இரவு நிரந்தரமல்ல பகல் நிச்சயம் வந்தே தீரும்
சிரத்தை கொண்டு செயல் பட்டால் சிந்தனை வெல்லும்

கடலில் கலக்கும் வரை நதியின் பயணம் தொடரும்
அடக்கி இடையே அணை கட்டினால் சற்றே அடங்கும்
அடங்காத அளவில் நீர் வந்தால் கடலை அடைந்தே தீரும்
முடங்காத முயற்சி செய்தால் இலக்கை அடையலாம்

ஏர்பூட்டி உழுதால் மட்டுமே நிலம் பண்படும்
வேர்பிடிப்பில் பலம் இருந்தால் மரம் நேராக நிற்கும்
கூர்அறிவை தீட்ட தீட்ட சிந்தனை வளம் பெருகும்
ஆர்வத்தோடு தொழில் முனைந்தால் ஆளுமை அதிகரிக்கும்

வேலை தேடல் என்பது தனிமரம் போல் வாழ்வு
வேலை கொடுத்தல் என்பது சோலையை உருவாக்கும் நிகழ்வு
மாலைகள் தேடிவரும் மற்றவர்க்கு வேலை கொடுத்தால்
பாலையையும் பசுஞ் சோலை ஆக்கலாம் விடா முயற்சியால்

முடியாது என்பது முடமான மனதின் எண்ணம்
விடியாது என விரக்தி யில் இருந்தால் விமானம் பறக்குமா
கடினம் என கவிழ்ந்து இருந்தால் கப்பல் தான் ஓடுமா
அடிபணியா விடில் தோல்வி தானே தோற்று ஓடும்

வாய்ப்பு தேடுபவனாய் இராதே கொடுப்பவனாக மாறு
காய்ப்பு தரும் ஆலைகள் எல்லாம் அந்தரத்து மாங்காயல்ல
ஓயாத உழைப்பால் மனிதனால் உருவான ஆலைகளே
தேயாது வளரும் முதலாளி ஆகுக தேயும் தொழிலாளி அல்ல

உள்ளுவது உயரவுள்ளல்

எண்ணம் உன்னதமாக இருந்தால் ஏற்றம் நிச்சயம்
வண்ண வண்ண எண்ணத்தால் வாழ்வு மேம்படும்
திண்ணமான எண்ணத்தின் திறமை வெற்றி பெரும்
விண்ணைத் தாண்டும் எண்ணத்தில் விவேகம் அவசியம்

உள்ளச் சிந்தனையில் பெரிதினும் பெரிது கேள்
கள்ளமில்லா உள்ளத்தில் கனிவான சிந்தனை கொள்
வெள்ளம் கரை தாண்டினால் விபரீதம் விளையலாம்
உள்ளமும் அறம் எனும் கரை தாண்டாதது அவசியம்

ஓராயிரம் சிந்தனைகள் உளத்தில் உதிக்கலாம் மறையலாம்
நேரான சிந்தனைக்கே செயல் வடிவம் கொடுத்தல் நலம்
ஆராதிக்கப்படும் சிந்தனை அனைத்தும் அறமா என ஆராயவும்
வேர் உளத்தில் ஊன்றி விட்டால் அறத்தை மறக்கும்

பட்டாம் பூச்சிகளை உளத்தில் பறக்க விடல் நலம்
வட்டமிடும் கழுகை விலக்கி வைத்தலே அறம்
மட்டம் தட்டி ஒருவரை மடக்குவது அறமல்ல
சட்டப்படி யாவரையும் சமமாக மதித்தலே நல்லறம்

விட்டம் பார்த்து வெறும் கொட்டாவி விட்டால் என்ன பயன்
திட்டம் சிறப்பாக தீட்டி திறமையாக வெல்வதே நலன்
கட்டளைக் குட்பட்டு சிந்தையை முடக்கல் கடமை
வெட்டிப் பேச்சில் சிந்தையை வீணாக்கல் மடமை

காளையின் திமில்போல தோள் கொண்ட காளையரே
வாள்போல் விழியால் வாலிபப் பூப்பறிக்கும் வஞ்சியரே
நாளைய உலகை ஆளப் போகும் நாயக நாயகியரே
வேளையை வீணாக்காது உரத்த சிந்தனையோடு செயலை
வெல்வீர்

நிழல்

நிஜமில்லாது ஒரு நிழல் உருவாவது உண்டோ
புஜபலமில்லாது போர்வாள் தான் சுழற்ற இயலுமா
பொய் ஒன்று இப்புவியில் உலவுது என்றால்
மெய் ஒன்று இல்லாது இருக்க இயலுமா

வெளிச்சத்தின் மறுபக்கம் இருள் அல்லது நிழல்
ஒளிபெறும் பூமியின் மறுபக்கம் கரும் இருளே
நிழலில்லா நிஜங்களும் புவியில் உண்டல்லவா
கழனிக்கு நீர்தரும் நதிக்கு உண்டோ நிழல்

இளமையில் அழகு என்பது சத்தியமான நிஜம்
தளரும் வயதில் இளமைத் தோற்றம் ஒப்பனை நிழலே
உயிருள்ள வாசம் தரும் அழகு மலர்கள் நிஜம்
உயிரற்ற அழகான காகிதப் பூக்கள் நிழல்

அகத்தில் ஓடும் மன ஓட்டம் என்பது நிஜம்
முகத்தில் காட்டும் மற்றோர் உணரவு நிழலே
வெயிலில் களைத்தோர்க்கு மரநிழல் மகிழ்வு தரும்
உயர்ந்த மரத்திற்கு இல்லா மதிப்பு நிழலுக்கு வரும்

மனித மனங்களில் ஒளிந்துள்ள நிஜங்கள் பலகோடி
புனிதர்போல் மறைத்து வாழும் புறவாழ்வு நிழல் தேடி
கனிந்த மாம்பழத்துள் வாழும் கரு வண்டு நிஜம்
இனிய இல்லறத்தில் கூட சொல்லப் படாத நிஜங்கள் நிழலே

இயற்கை சுழற்சி

மொட்டை மாடிகள் நெட்டை குட்டை மாடங்கள்
சட்டை போடாத மரங்களில் படிந்துள்ள அழுக்குகள்
பட்டை தீட்டியது போல் பளபளவென சுத்தமாக கழுவியது
கொட்டித் தீர்த்த ஓரிரவு பெய்த ஒற்றை மழை

தெருக்கள் சாலைகள் குறுக்கு சந்துகளில்
சருகாய் காய்ந்த இலைகள் குப்பைகள் கூழங்களின்
சேர்க்கையை ஓரிரவில் பெய்த ஒற்றை மழை பெருக்கி
நேர்த்தியாக சுத்தம் செய்து நெகிழச் செய்தது

காற்றில் கலந்த மாசையும் கரைத்து இறக்கியதால்
நேற்றைய வானம் போலின்றி பளீரென ஜொலிக்குது
சோற்றுக்கு அரிசியை கழுவி சுத்தமாக்கல் போல
ஆற்றில் கலந்த அழுக்கை கழுவி மணலை சுத்தமாக்கும் மழை

அகற்றிய அழுக்கும் குப்பையும் அடையும் பெரும்
முகத்துவாரம் கொண்ட குளத்திலும் ஏரியிலும்
மசிந்து நீரடியில் படிந்த குப்பையும் அழுக்கும்
நசிந்து மக்கி நல்லதோர் வண்டலாய் மாறும்

வற்றிய ஏரி குளத்து வண்டலை கோடையில்
முற்றிலும் தோண்டி எடுத்தால் குளம் தூர் வாரியது போலாகும்
முற்றிய வண்டல் வயலுக்கு உரமாகும் நெகிழியை தவிர்த்தால்
தொற்றி தொடரும் இயற்கை சுழற்சியே புவியை சுத்தமாக்கும்

மழையே சுத்தம் செய்யும் என்றெண்ணி தெருவில்
விழைந்து குப்பை கொட்டுதல் வரம்பு மீறலாகும்
குவியும் குப்பைகளை உரிய முறையில் வெளியேற்றி
புவியின் பாதுகாப்பை உறுதி செய்தேல பெரும் புண்ணியம்

நிம்மதி

காசு பணம் கரையாத சொத்து தருமா நிம்மதி
தூசு போல் படிந்துள்ள ஆசை தருமா நிம்மதி
பாசமில்லா படாடோப ஆடம்பரம் தருமா நிம்மதி
வேசம்போல இவை தரலாம் தற்காலிக நிம்மதி

பதவி பகட்டு அதிகாரம் தருமா நிம்மதி
உதவி செய்யும் மனம் தரலாம் ஓரளவு நிம்மதி
போர்க்கள குண்டு வெடிப்புகள் தருமா நிம்மதி
வேர் போல விவேகப் பேச்சு வார்த்தை தரலாம் நிம்மதி

ஆற்று நீர் போல் வகுத்த பாதையில் சென்றால் நிம்மதி
மாற்று பாதை தேடி கரை தாண்டினால் வராது நிம்மதி
ஆலய ஆண்டவனிடம் முறையிட்டால் கிட்டுமா நிம்மதி
சாலவும் நல்ல முறையீட்டுக்கு கிட்டலாம் நிம்மதி

உதிர்த்த வார்த்தையின் பதார்த்தம் பயன் தந்தால் நிம்மதி
சதிவலையில் சதிராடி நஞ்சானால் சொல் தராது நிம்மதி
வில்லிருந்து புறப்பட்ட அம்பின் இலக்கு சரியானால் நிம்மதி
சொல்லாய் விழுந்த வார்த்தை சுடுமானால் தராது நிம்மதி

வெளியே எங்கும் விலைக்கு கிட்டாது நிம்மதி
ஒளிந்துள்ள மன ஆழத்தின் அமைதியே தரும் நிம்மதி
வெள்ள நீர் போல் வெளிப்படைத் தன்மை தருமே நிம்மதி
பள்ளத்து உடைப்பு போல் உள்ளத்து கள்ளம் தராது நிம்மதி

கிட்டுமா வேண்டுவன

தேயாத நிலவு வேண்டும் - கரை தாண்டி
பாயாத நதி வேண்டும் - கோடையில் சுட்டு
காயாத வெயில் வேண்டும் - குறை சொல்லா
வாயாக கொண்ட நல்ல மனிதம் வேண்டும்

பூக்கள் நிறைந்த பூமி வேண்டும் - துர்நாற்றம் வீசும்
சாக்கடை இல்லா நகரம் வேண்டும் - ஆயுதத்தால்
தாக்காத அண்டை நாடு வேண்டும் - உளுக்காத
தேக்கு மரம் போல் நோயில்லா தேகம் வேண்டும்

பகை இல்லா பக்கத்து நாடு வேண்டும் - நோய் தரும்
புகை இல்லா புண்ணிய பூமி வேண்டும் - அளவு தாண்டி
நகை கேட்கா நங்கை வேண்டும் - செலவு செய்யும்
தொகை என்றும் வரவு மீறா வரம்பில் வேண்டும்

பயிருக்கு நன்னீர் பாசாணம் வேண்டும் - பசித்த
வயிறுக்கு ருசியான சோறு வேண்டும் - நல்லிரவு
துயிலுக்கு நயமான சூழல் வேண்டும் - பார் வாழ்
உயிரெல்லாம் சமம் எனும் எண்ணம் வேண்டும்

தாழ் இல்லா வீடு வேண்டும் - தரணியில்
ஆளில்லா வியாபார கடை வேண்டும்- நஞ்சற்ற
தேளும் நாகமும் உலவ வேண்டும் - அனைத்து
நாளும் நன்னாளே என்ற எண்ணம் வேண்டும்

காற்று மாசற்று வேண்டும் - அசுத்தம் இல்லா
ஆற்று நீர் வேண்டும் - யாரும் யாரையும்
தூற்றாத நல் மனம் வேண்டும் - அனைத்து மதத்தின்
கூற்றும் அன்பே போதிக்கிறது என உணர வேண்டும்

மாற்றம்

வேட்டையாடிய மனிதனை விவசாயி ஆக்கியது மாற்றம்
காட்டுவாழ் மனிதனை ஊர் அமைத்து வாழ செய்தது மாற்றம்
ஆட்டை மாட்டை அரவணைத்து வாழ செய்தது மாற்றம்
வாட்ட சாட்டமானவனை தலைவன் ஆக்கியது மாற்றம்

பொருள் சுமையை உருளும் கட்டையில் ஏற்றியது மாற்றம்
உருளும் கட்டையை உருண்டை சக்கரம் ஆக்கியது மாற்றம்
உருளும் சக்கரம் ஓடும் வண்டியானது மாற்றம்
இருளை விலக்க நெருப்பை பயன் படுத்தியது மாற்றம்

கூட்டத்து தலைவன் மற்றோர் கூட்டத்தோடு மோதியது மாற்றம்
ஆட்டுக்கு மாட்டுக்கு உணவுக்கு மோதியது மாற்றம்
ஆட்டுச் சண்டை பின்பு நாட்டுச் சண்டை ஆனது மாற்றம்
கூட்டத்து தலைவன் நாடாளும் மன்னன் ஆனது மாற்றம்

வரி வசூலித்து அரசாங்கம் நடத்தியது மாற்றம்
பரிவளர்த்து ஏறி பயணம் செய்தது மாற்றம்
திரிவிளக்கோடு தீவட்டியும் இருள் விலக்கியது மாற்றம்
சரியாக மனிதனை காத்தவனை கடவுள் ஆக்கியது மாற்றம்

குதிரை யானை படை வைத்து போர் செய்தது மாற்றம்
அதிவேக ரதம் அமைத்து பயணம் செய்தது மாற்றம்
சுதியோடு இசைத்து நடனமும் சேர்த்தது மாற்றம்
நதியோர ஊர்கள் நகர மாயமானது மாற்றம்

மரக்கலம் செய்து பயணித்தது மாபெரும் மாற்றம்
பரந்த நிலம் தேடி கடல்வழி கண்டதும் மாற்றம்
கரமிரண்டும் அறிவான மூளையுமே செய்தது மாற்றம்
சிரமத்தை சிதைத்தால் கிட்டும் சீரிய வழி மாற்றமே

உடல் உழைப்பை ஒழித்து யந்திர மயம் ஆக்கியது மாற்றம்
இடர் யாதெனில் மின்சார மின்றி வாழ்வில்லை என்பதும் மாற்றமே
தொடர் வண்டி முதல் கைபேசி வரை மின்சார தேவை மாற்றமே
தொடர் வாழ்வில் விடாது தொடர்வது மாற்றமே மாற்றமே

சினம்

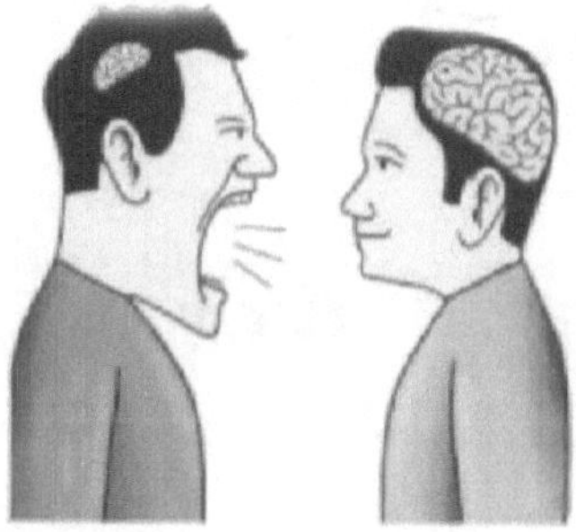

சினம் ஆக்கம் சிறிதும் தராது அழிவே தரும்
அனல் போல் சினம் அருகிருப்பதை அறவே அழிக்கும்
மனதில் சினம் புகுந்தால் நல்ல குணத்தை இழக்கும்
சினத்தால் உடல் உறுப்புகள் செயல் இழக்கும்

பலன் ஏதும் தராது சினத்தால் பகையே மூளும்
புலன் மங்கி சினத்தால் புன்னகை தொலையும்
சலனமற்ற ஜடம் போல் புறக்கணிப்பு நிகழும்
திலகம் போல் ஜொலிக்கலாம் கோபம் தொலைத்தால்

பனிமலர் போல் முகம் சினத்தால் கருகருக்கும்
அனிச்சம் போல் வாடி விலகுவர் சினவானைக் கண்டதும்
தனித்தே இயங்கும் நிலைக்கு சினவான் தள்ளப் படும்
கனியாது வெற்றி களத்தில் சினம் முன் நின்றால்

பொங்கும் சினத்தால் நாடழிந்த வரலாறு உண்டு
கங்காய் கனன்று தன்னையே அழித்த வரலாறு உண்டு
செங்கரும்பாய் ஒருபோதும் இனித்தது இல்லை சினம்
மங்கும் புத்திக் கூர்மை சிந்தையில் சினம் தங்கினால்

பேராசையே சினம் கொள மூல காரணம்
ஊரார் மேல் பழி சொலல் ஒருவகை சினம்
அறம் பிறழ் செயலே சினத்தால் நிகழும்
வரமல்ல சாபமே சினத்தை சிரத்தில் ஏற்றால்

கோலம்

வாசலில் இடுவது மட்டும் தானா கோலம்
ஆசையாய் மனதிலும் வரையலாம் ஆயிரம் கோலம்
பாசமான உறவுகளை வரை யறுப்பது பணக் கோலம்
நேசம் என்பது நித்தம் மாறும் வேச மனக் கோலம்

பள்ளிக் காலத்தில் பூணனும்மாணவக் கோலம்
துள்ளும் விளையாட்டில் பெறனும் வெற்றிக் கோலம்
எள்ளி நகையாடுவோரைத் தவிர்ப்பது தவக் கோலம்
புள்ளி மானின் தோலில் புள்ளிகள் புரியாத கோலம்

வானில் அள்ளித் தெளித்த புள்ளிகள் அழியாக் கோலம்
வான்நிலா வரைய முயன்று தேய்வது ஊர்கோலம்
தேன் மழை பொழியும் கார்மேகம் தெளிப்பது நீர்க்கோலம்
வான் வெளியில் வசந்த மாளிகை கட்டுவது கனவுக் கோலம்

வாலிபத்தில் பூப்பது வாசமுள்ள வண்ணக் கோலம்
வேலியின்றி பறப்பது பரந்து விரிந்த மன்மதக் கோலம்
தாலிகட்டி குடும்ப தடம் பதிப்பது மணக் கோலம்
போலிச் சமூகத்தில் மெய் வேடம் பூணுவது பொய்க் கோலம்

கூடி ஒன்றாய்க் கொண்டாடி மகிழ்வது விழாக்கோலம்
நாடிய சொந்தம் நாடாது பிரிவது நான் எனும் கோலம்
தேடிய செல்வம் சேராது செலவாவது ஊதாரிக் கோலம்
வாடிய பயிரைக் கண்டு வாடுவது கருணைக் கோலம்

தொழில் நுட்பம் பயனா பாதகமா

ஆற்று வெள்ளநீரின் அடர்கனத்தை அளந்தோம்
காற்று வீச்சின் வேகத்தை கணித்து அளந்தோம்
ஏற்றமிகு உயர் மலையின் உயரத்தை அளந்தோம்
ஆற்றல் மிகு ஒலிஒளியின் அதிவேகத்தை அளந்தோம்

வேற்று நாட்டில் இருந்து நம் மீது குறிவைக்கும்
கூற்றுவனை கன நொடியில் ஒற்றறியும் முறை கண்டோம்
அடுத்த கண்டத்தின் கண்ணுக்குப் புலப்படாத இலக்கை
தொடுத்த ஏவுகணைத் துல்லியமாக தாக்கும் முறை கண்டோம்

ஆர்ப்பரித்து ஒலியின் மும்மடங்கு வேகத்தில் பறந்தாலும்
போர் விமானம் குறி தப்பாது இலக்கைத் தாக்கும் வழி கண்டோம்
கார் மழை தரும் கடலில் மிதக்கும் கலத்தை நிலமாக்கி
போர் விமானம் ஏறி இறங்கும் தளமாக்கி அமைத்தோம்

வானில் உலவும் நிலவில் கால் வைத்தோம்
வானைத் தாண்டிய விண்ணில் தளம் அமைத்தோம்
வானவரைத் தேடி விண்ணில் தொலைநோக்கி அமைத்தோம்
காண வருவோரை விண்ணிற்கே சுற்றுலா அழைத்து சென்றோம்

எண்ணித் துணிந்தால் முடியாதது எதுவும் உண்டோ
கண்ணின் கனவுகளை காட்சிப் படுத்தியது மனிதனே
திண்ணிய நெஞ்சம் தினவெடுத்த தோள்கள் சுவைப்பது
கண்ணியமான வெற்றியே தவிர கவிழ்க்கும் தோல்வி யல்ல

இறந்த உடலின் இருதயத்தை பிறிதொரு உடலில்
சிறப்பாக பொருத்தி வாழ்வு தரும் முறை கண்டோம்
அறத்தின் பாலும் அன்பாலுமே அகிலத்தை காப்போம்
திறம்பட வழிநடத்தும் முறையை தெய்வமென ஏற்போம்

அழிவைத்தரும் ஆகச் சிறந்த தொழில் நுட்ப பயன் யாது
அழிவன்றி வேறு ஏதும் உண்டோ ஆகவே அதை ஒழித்து
செழிப்பாக பசுமையாக புவி காக்கும் தொழில் நுட்பம் ஏற்போம்
தொழில் சாலை கழிவுகளை உரமாக்கும் நுட்பம் ஏற்போம்

மனிதரைக் காக்கும் தொழில் நுட்ப மாண்பை போறறுவோம்
மனித உயிர் குடிக்கும் தொழில் நுட்பத்தை தூற்றுவோம்
புனிதம் யாதெனில் புவி வாழ் உயிர் களை காத்தலேயாம்
கனிவு காட்டாது காவு வாங்கும் ஆயுதத்தை ஒழிப்போம்

தினவெடுத்த தோளின் தீனி இதுவா

பொதுச் சாலையில் இரு சக்கர வாகன சாகசம்
மெதுவாக பயணிப்போர் பதறி ஒதுங்குவதே சூசகம்
எதுவாக ஆக்கும் வாலிபனே உனை இந்த சாகசம்
வதுவை யாரையும் மயக்குவது இல்லை இந்த சாகசம்

மின்சார ரயிலில் தொங்கிப் பயணிப்பது இல்லை சாகசம்
அன்பான பெற்றோரின் அறிவுரையே ஏற்பதே சாகசம்
இன்பமான இளமையில் வியத்தகு சாதனை செய்தால் பயன்
அன்பே உலக வாழ்வின் ஆதாரம் என உணர்வதே நலன்

பட்டாக் கத்தியால் பிறந்த நாள் கொண்டாடலா சாகசம்
முட்டாளின் சாம்ராஜ்யத் துக்கே கத்தி அரிவாள் தேவை
வட்டமுக வஞ்சியரை கவர வானை எட்டும் சாதனை செய்
திட்டமிடலை இளமையிலே தொலைநோக்கு சிந்தனை கொண்டு செய்

வீரம் இல்லை வீண் செயல் சூரனும் இல்லை நீ இதனால்
தீரமிக்க வனாக விரும்பினால் தட களத்தில் பதி உன் கால்
வீரனாய் விளையாடி சாதனை படைப்பதே சாகசம்
ஆரம் மட்டுமல்ல அளவிலா புகழும் தேடி வரும்

அன்றைய திரைத்துறை கதாநாயகன் முழு நல்லவன்
இன்றைய திரைத்துறை நாயகன் கரடு முரடானவன்
பின்பற்றும் ரசிகன் கரடு முரடையே களிப்போடு ஏற்கிறான்
நன்று செய்யனும் திரைத்துறை நல்லவையை புகுத்தி

பிள்ளையை கிளிப் பிள்ளையாக வளர்க்க வேண்டாம்
பிள்ளையை தொல்லை தரும் துயராகவும் வளர்க்க வேண்டாம்
பிள்ளையை கண்டிப்பும் மனித மாண்பை கற்பித்தும் வளர்ப்பீர்
கள்ளாவதும் பதநீராவதும் பதப்படுத்த லாலே என உணர்வீர்

விளையாட்டில் சாதிப்பதே தினவெடுத்த தோளின் தீனியாகும்
களைபோல் முளைக்கும் கயமை குணத்தை ஒழிப்போம்
முளையிலே அன்பும் வீரமும் புகுத்தி வளர்ப்போம்
விளையும் நல்முத்தாய் சமுதாயம் அன்பாலே தழைக்கும்

வேர்கள்

இல்லத்தின் ஆணிவேர் இனியவளாம் இல்லாளே
கல்விக்கு ஆணிவேர் கரைகாணா கற்றலே
செல்வத்தின் ஆணிவேர் சோம்பலில்லா உழைப்பே
நல்லவனின் ஆணிவேர் நம்பகமிக்க ஒழுக்கமே

சினத்தின் ஆணிவேர் தானென்ற ஆணவம்
இனத்தின் ஆணிவேர் இனிய மொழி அடையாளம்
மனத்தின் ஆணிவேர் சேதாரமில்லா மகிழ்ச்சியே
வனத்தின் ஆணிவேர் வாழும் வன விலங்குகளே

குணத்தின் ஆணிவேர் குற்றங்குறை காணா மனமே
பணத்தின் ஆணிவேர் பற்று தீரா மனமே
மணத்தின் ஆணிவேர் வாசம் வீசும் மலர்களே
கிணத்தின் ஆணிவேர் காய்ந்து போகா ஊற்றே

துள்ளும் நீருக்கு ஆணிவேர் தூய ம(லை)ழைச் சாரலே
பள்ளுப் பாடலுக்கு ஆணிவேர் களைப்பு போக்கலே
கள்ளுப் போதைக்கு ஆணிவேர் கடமையை மறத்தலே
புள்ளு பறத்தலுக்கு ஆணிவேர் புனித இறக்கையே

வணக்கத்தின் ஆணிவேர் அறவாழ்வின் அர்ப்பணிப்பே
இணக்கத்தின் ஆணிவேர் பொறுமையை ஏற்றலே
சுணக்கத்தின் ஆணிவேர் சுறுசுறுப்பு இழத்தலே
பிணக்கின் ஆணிவேர் வெற்றுப் பிதற்றலே

இளமையின் ஆணிவேர் ஏற்றம் பெற உழைத்தலே
வளமையின் ஆணிவேர் வறியோர்க்கு உதவுதலே
களத்தின் ஆணிவேர் வெற்றியை ஈட்டலே
விளம்பலின் ஆணிவேர் வினா தொடுத்தலே

தன்னம்பிக்கை தளரா முயற்சியே வெற்றி தரும்

கடின இலக்கை வென்று எடுப்பதே வீரிய வெற்றி
பிடிமானம் தேடி அலைவது ஒருவகை நோய் தொற்றே
கடிவாளம் கயமைக்கு இட்டு செயல் ஆற்றலே வெற்றி
அடிவானம் தேடுதல் போல நாடுதல் அதிர்ஷ்டம் பற்றி

செடியில் படரும் கொடி செடியை விழுங்கிடும்
பிடிமானம் ஜோதிடத்தில் கொண்டால் முயற்சியை விழுங்கிடும்
அடித்தளம் பலமாக்கினால் உயரத்தை ஏற்றலாம்
படிப்பை புரிந்து படித்தால் மெய்ப் பொருள் அறியலாம்

தேடலுக்கு முற்றுப்புள்ளி வைத்தால் வளர்ச்சி நின்றிடும்
ஆடலில் புதிய அசைவுகளே ஆட்டத்தை வளர்க்கும்
மாடத்தின் உச்சியும் மண்ணில் இருந்தே உயர்ந்ததாகும்
சாடல் தவறிலிருந்து தப்பிக்கும் சாக்குப் போக்கு ஆகும்

வாழ்க்கை பூக்களும் வாசமும் நிறைந்த நந்தவனம்
காழ்ப்புணர்ச்சி எனும் முட்கள் ஆங்காங்கே குத்தும்
வீழ்ந்திடாது முட்களை விலக்கி முன்னேறினால் வெற்றி
தாழ்ந்தாலும் தளராது முன்னேற்றமே தன்னம்பிக்கை பற்றினால்

தடை கண்டு தடுமாறினால் தன்னம்பிக்கை தளரும்
விடை தேடி உழைத்தால் நிச்சயம் வெற்றி மலரும்
நடை தளர்ந்தாலும் தளரா நம்பிக்கை யால் பொழுது புலரும்
அடைமழையின் ஆற்று நீரும் அடங்கா முயற்சிக்கு வழிவிடும்

அதிசயம்

தூக்கணாங்குருவியின் தொங்கு கூடு அதிசயம்
ஆக்கிய சிறு கரையானின் ஆகப்பெரிய புற்று அதிசயம்
தீக்கிரையாகா குடவறைக் குன்றுக் கோயில் அதிசயம்
தேக்க தேனை தேனி செய்த தேனடை அதிசயம்

நண்டு வளையும் நரி தோண்டும் பொந்தும் அதிசயம்
வண்டின் புழுக்கூடும் குளவியின் மண்வீடும் அதிசயம்
அண்டார்டிகாவில் மூன்று மாத முழுநீள பகல் அதிசயம்
துண்டாட இயலா பல காத தூர பனிப்பாறை அதிசயம்

அளவு சரியான ஆரத்தோடு அமைந்த சலந்தி வலை அதிசயம்
அலகு கோடாரியால் பொந்து தோண்டும் மரங்கொத்தி அதிசயம்
உலகிலே தாயுள்ளம் தொலைத்த குயில் அதிசயம்
ஜலத்திலே எல்லைக் கோடு கொண்ட பசிபிக் அட்லாண்டிக்
அதிசயம்

உயிரே வாழாதா நீரால் அமைந்த சாக்கடல் அதிசயம்
வயிற்றுள் அனைத்தும் விழுங்கும் பெர்முடா முக்கோணம்
அதிசயம்

மயிர் நீப்பின் உயிர் வாழாக் கவரிமான் அதிசயம்
உயிரில்லா உடலைப் பாதுகாக்கும் பிரமிடு அதிசயம்

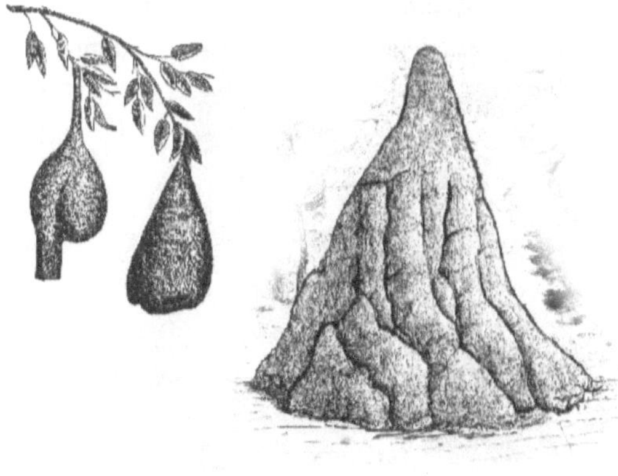

சொல்லுக வெல்லும் சொல்

வெல்லும் சொல்லை இடமறிந்து சொல்லல் நன்று
கொல்லும் சொல்லை சொல்லாமல் மெல்லல் நன்று
கல்முள் போல் கரடுமுரடாக சொல்லல் நன்றன்று
நல்ல சொல்லிருக்க நஞ்சாக சொல்லல் நன்றன்று

பொல்லாப்பு சொல்லாது புன்னகை சொல்லல் நன்று
தொல்லை தரும் சொல்லை தவிர்த்து சொல்லல் நன்று
வில்லிருந்து செல்லும் அம்பாய் வீரியமாய் சொல்லல் நன்று
இல்லாரை எளியோரை ஏளனம் சொல்லல் நன்றன்று

குறைகுடம் போல் அறைகுறை யாய் கூத்தாடல் நன்றன்று
நிறைந்த நிலவாய் செறிந்த அறிவோடு அளவளாவல் நன்று
உறையுள் வாள்போல் சொல்லுள் கூர்மை நன்று
மறைபொருள் இலையுள் காய்போல் மறைத்துக்கூறல் நன்று

அல்லல் கண்டு அஞ்சாது அறம் சொலல் நன்று
வல்லானின் வெற்று வாய்ச்சவடால் சொலல் நன்றன்று
புல்லின் பனித்துளி போல் வெளிப்படை சொலல் நன்று
சொல்லியது செயலாகும் வகையில் சொல்லல் நன்று

வீழும் அருவி போல் விறு விறு என சொல்லல் நன்று
ஏழு சுரத்தில் இனிய இசையோடு இயம்பல் நன்று
சூழும் கயமைக்கு சூடாக பதில் கூறல் நன்று
பாழும் பதர்ச்சொல்லை பலமாக சொல்லல் நன்றன்று

எது அழகு?

போர் வீரனுக்கு அழகு களத்தில் வெற்றி ஈட்டலே
கார் மேகத்துக்கு அழகு அழிவில்லா கனமழை பொழிதலே
ஏர் உழவனுக்கு அழகு ஆழ உழுது பண் படுத்துதலே
கூர் புத்திக்கு அழகு எதையும் ஆய்ந்து அறிதலே

ஆடும் அலைக்கு அழகு கரை தாண்டாது ஆடலே
தேடும் அறிவுக்கு அழகு தொடர்ந்து நிறுத்தாது தேடலே
ஓடும் தொடர்வண்டிக்கு அழகு தண்ட வாளத்தில் ஓடலே
பாடும் பாடகனுக்கு அழகு சுருதி பிறழாது பாடலே

படிக்கும் மாணவனுக்கு அழகு பொருள் புரிந்து படித்தலே
வடிக்கப்படும் சிலைக்கு அழகு உயிர் உள்ளதோடு ஒப்பிடலே
நடிக்கும் நடிகனுக்கு அழகு சமூக சீர்திருத்தம் பேசலே
முடிக்கப்படும் வேலைக்கு அழகு இலக்கை முழுதாக எட்டலே

பறக்கும் விமானத்திற்கு அழகு பத்திரமாக தரை இறங்கலே
திறக்கும் சாவிக்கு அழகு கதவை உடைக்காது காத்தலே
மறக்கும் புத்திக்கு அழகு தீயவை உடனே மறத்தலே
பிறக்கும் குழந்தைக்கு அழகு முழு ஆரோக்கியம் கொண்டு பிறத்தலே

மிதக்கும் கப்பலுக்கு அழகு மூழ்காது கரை சேர்தலே
கதகதக்கும் தீபத்திற்கு அழகு திரி தாண்டி எரியாதலே
இதமான சூழலுக்கு அழகு எங்கும் பசுமை போர்த்தலே
விதவிதமான யோசனை க்கு அழகு வேறுபடுத்தி உயர்த்தி காட்டலே

எண்ணித் துணிக கருமம்

பாம்புக்கு பயம் சுவற்று பல்லிக்கும் பயம்
காம்பில் மலரோடு முளைத்த முள்ளுக்கு பயம்
பூம்பூம் மாட்டுக்காரன் பேசும் புரியாத மொழிக்கு பயம்
சாம்பலை உடலில் பூசிய சாமியாரைக் கண்டால் பயம்

இல்லாத பேய்க்கு பயம் இறங்காத கிணற்றுக்கு பயம்
பொல்லாத இருட்டுக்கு பயம் போகாத ஊருக்கு பயம்
கொல்லைப்புறம் போகப் பயம் குரைக்கும் நாய்க்கு பயம்
நில்லாத ஆற்று நீரைக் கண்டால் நிறையவே பயம்

போட்டித் தேர்வில் தோற்று விடுவோமோ என பயம்
ஓட்டும் வாகனத்தில் விபத்து வருமோ எனபயம்
நாட்டு நடப்பில் மாற்றம் வந்தால் பயம்
வீட்டினுள் இருந்த போதும் இடி விழுந்தால் பயம்

அச்சம் மனதில் குடி கொண்டால் அவயம் நடுங்கும்
துச்சமென அச்சத்தை மிதித்தால் வானமும் வசப்படும்
மெச்சும் துணிவை உச்சந் தலையில் ஏற்றனும்
பச்சைத் துரோகமும் பதுங்கி பயந்து ஒதுங்கும்

அச்சம் தொலைத்தவனே ஆகாய விமானம் கண்டான்
உச்சமான துணிவாலே உப்புக் கடலை கடந்தான்
துச்சமென துயரைக் கடந்தால் உச்சம் தொடலாம்
இச்சை கொண்டு இடர் கடந்தால் வெற்றி நிச்சயம்

அச்சங் கொள் அல்லல் செய்ய அச்சங் கொள்
அச்சங் கொள் ஒழுக்கற்று நடக்க அச்சங் கொள்
அச்சங் கொள் அறம் பிறழ் செய்ய அச்சங் கொள்
அச்சங் கொள் ஆணவம் தலையேற்ற அச்சங் கொள்

நட்புறவு

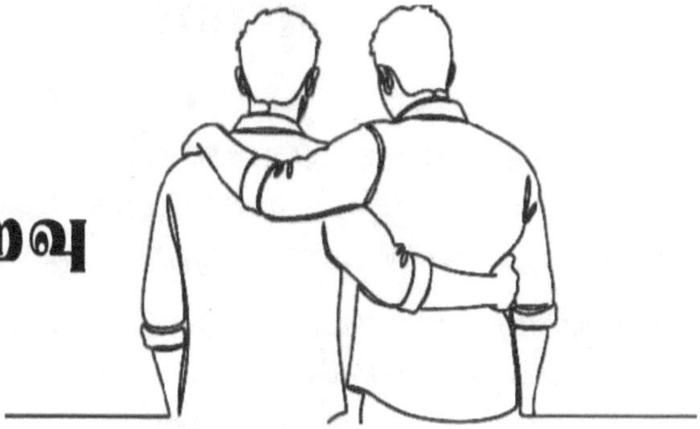

பிறந்த போது இல்லாத பெருமைமிகு உறவு
சிறந்து வாழ்நாள் முழுதும் சிங்காரமாய் தொடரும் உறவு
அறம் அறிந்து நல்வழிப் படுத்தும் நல்ல உறவு
புறம் பேசுவோரைப் புறந்தள்ளி பேணும் உறவு

செல்வம் பார்த்து சேர்வது இல்லை இந்த உறவு
இல்லாதவன் கல்லாதவன் கடந்த அன்பு உறவு
இல்லாளுக்கு இணையாக போற்றப் படும் இனிய உறவு
கொல்லும் சொல்லும் உடைக்க இயலா உன்னத உறவு

இன்ப துன்பத்தில் இரண்டறக் கலக்கும் உறவு
வன்மம் தொலைத்து வசீகரம் காட்டும் உறவு
மென்மையே காட்டும் மோதல் வந்த போதும் இவ்வுறவு
நன்மையே ஒற்றை இலக்காய் கொண்ட நல்உறவு

கோப்பெருஞ் சோழன் பிசிராந்தை யார் போல் கண்காணா உறவு
காப்புக் கர்ணன் துரியோதனன் போல் கண்மூடித்தன உறவு
ஏப்பமாய் பசித்த ஏழைக் குசேலனோடு கண்ணன் கொண்ட உறவு
தோப்பையே வேரோடு பிடுங்கும் அனுமன் சுக்ரீவன் தோள் உறவு

விட்டுக் கொடுக்கும் மனப்பான்மை கொண்ட வீர உறவு
கட்டியவளிடம் மறைத்ததையும் கள்ள மின்றி பகிரும் உறவு
கிட்டிய வெற்றியில் பங்கு கொள்ள இடம் தரும் உறவு
ஒட்டு மொத்த வாழ்வில் உன்னத இடம் பிடித்த ஓர் உறவு

மாயை

வானம் என்பது மாயை வெறும் வெட்ட வெளியே உண்மை
கானம் சப்தத்தின் மாயை அது காண இயலா போதை
தானம் ஒரு வகை மாயை தயையால் ஆன செய்கை
மானம் என்பதும் மாயை அதை இழந்தால் பெரும் வேதனை

காற்றும் கண்காணா மாயை அஃதின்றி இல்லை வாழ்வே
நேற்றும் நாளையும் மாயையே இன்று மட்டுமே உண்மை
வேற்று கிரக உயிர்கள் மாயையே அதன் வேர் தேடல் முயற்சியே
தோற்றலும் மாயையே அதன் எதிர்ச்சொல்க்கு வழி முயற்சியே

தேயாத நிலவே உண்மை தேய்வது என்பது மாயை
ஓயாத சூரியனே உண்மை ஓய்ந்து மறைவது என்பது மாயை
மேயாத மான் புவியில் வாழ்வது என்பது மாயை
காயாத ஒளியின் பொய்த் தோற்றம் கானல் நீர் மாயை

நாத்திகம் பேசுவோர்க்கு கடவுள் என்பது மாயை
ஆத்திகம் பேசுவோர்க்கு கடவுளின் செயலே மாயை
சாத்திரம் மூலம் விடை காண்பது என்பது மாயை
சூத்திரம் மூலம் விடை காண்பது என்பது உண்மை

குடிநீர்

ஆற்று நீர் குடித்தோம் கிணற்று நீர் குடித்தோம்
ஆற்றில் ஊற்று தோண்டி நீர் குடித்தோம்
நாற்றங்கால் பயிருக்கே நன்னீர் அளித்தோம்
கூற்று யாதெனில் இன்றையகுடிநீர் இயற்கை நீரல்ல

ஆற்று நீர் அசுத்தமாகி சுவை அற்றுப் போனது
ஊற்று நீர் உலர்ந்து உயிர் இற்றுப் போனது
மாற்று நீர் மலர்ந்து செயற்கையாய் வந்துள்ளது
சாற்றுங்கால் இது நீரல்ல சக்கை தானது

மழைநீர் காற்று மாசில் கரைந்து அமிலம் ஆனது
ஆழிஅலை நீரோ அடி மடியில் குப்பை கிடங்கு ஆனது
ஊழிக் காலத்து வெள்ள நீரில் ஊர்கள் மிதக்கிறது
ஆழ்துளைக் கிணற்று நீரில் சாக்கடை கலக்கிறது

உப்பை உறிஞ்சி கொஞ்சம் ருசியைக் கூட்டி
தப்பான நீரை தாதுக்கள் நிறைந்த நீரெனக் கூறி
அப்பாவி வரை தேடும் அவல நிலைக்கு ஆளாக்கி
எப்போதும் குடிநீர் இனி காசுக்கே என்றாக்கியது சாதனையே

இயற்கை நீர் குடிக்க இனி இல்லை வழி
செயற்கை நீரே சிறந்தது எனப் போட்டனர் சுழி
அயற்சி களைப்பு ஆனதற்கு இந்நீரே பழி
முயன்றாலும் முடியாது முன்னோர் குடித்த நீர் குடிக்க இனி வழி

எது பலம்?

குறிக்கோளை எட்டிட அறிவும் நம்பிக்கையும் பலம்
செறிவான கருத்தும் செம்மையான முயற்சியும் பலம்
நரித்தனத்தை ஒழித்து அறவழி செல்லல் பலம்
விரிவான திட்டமும் விரைவான செயலும் பலம்

காலத்தின் மாற்றத்திற் கேற்ப மாற்றிக் கொளல் பலம்
ஞாலத்தில் முற்போக்கு சிந்தனை முன் எடுத்தல்
ஆலமர விழுது போல் ஆளுமை ஊன்றல் பலம்
சாலவும் நல்லது மெய்ப்பொருள் காணும் பலம்

அலைபாயும் மனதை அமைதி அடையச் செய்யல் பலம்
நிலையான திடமான முடிவு எடுக்கும் திறனே பலம்
கலைமானின் கொம்பில் இல்லை காலிலே பலம்
சிலைவடித்த கையில் இல்லை சிந்தனையே பலம்

இலக்கை எட்டிட தொடர் பயணம் பலம்
கலக்கம் தொலைத்து கடமையை செய்வதே பலம்
இலகுவோ கடினமோ இலக்கை வெல்லல் பலம்
உலக உருவாக்கம் மனித ஆற்றலின் பலம்

போரின் வெற்றிக்கு ஆயுதம் மட்டுமா வியூகமே பலம்
சீரிய மொழிக்கு இலக்கண இலக்கியம் புழக்கம் பலம்
ஏரி குளத்திற்கு நீர் நிறைந்து இருத்தலே பலம்
பாரில் எல்லா வளமும் பெற்றலே நாட்டிற்கு பலம்

ஆளுமை

நல்லதை பயமின்றி எடுத்து உரைத்தல் ஆளுமை
பொல்லாததை புறந்தள்ளி விரட்டி அடித்தலே ஆளுமை
கல்வியால் அறிவு சார்ந்து களமாடலே ஆளுமை
சொல்லும் சொற்கள் வெல்லும் சொல்லாதலே ஆளுமை

உரைவீச்சால் கூட்டத்தை உட்கார வைத்தல் ஆளுமை
புரையோடிய தீயதை புதைத்து புனரமைத்தல் ஆளுமை
இரைஎடுக்கும் பருந்தாய் திறன் காட்டலே ஆளுமை
நரைகூடிய அனுபவத்தால் கொடி நாட்டல் ஆளுமை

சொல்லால் தீயோரை திருந்த வைத்தல் ஆளுமை
எல்லோர் மனதிலும் நல்லோராய் வாழ்தல் ஆளுமை
வல்லோர் சபையே வணங்கும்படி நடத்தல் ஆளுமை
இல்லாரை உள்ளோரை சமமாய் மதித்தல் ஆளுமை

ஆணவமில்லா அதிகாரத்தால் கட்டிப் போடல் ஆளுமை
நாணல் போல் வளையாது நடுநிலை காத்தல் ஆளுமை
வீணர்களின் வீராப்பை விரட்டி அடித்தலே ஆளுமை
ஆணைவிட பெண்ணை உயர்வாய் மதித்தல் ஆளுமை

சிறுநரியை அடக்கலில் இல்லை சிங்கத்தின் ஆளுமை
இறுகிய தந்தம் கொண்ட யானையை வீழ்த்தலே ஆளுமை
பொறுக்கியாய் திரியும் புல்லரை அடக்கலில் இல்லை ஆளுமை
சறுக்கலே காணாத சர்வ வல்லமையாரை சாய்த்தலே ஆளுமை

மனதில் உறுதி வேண்டும்

ஏக்கம் இலக்கை நோக்கி இருத்தல் வேண்டும்
ஊக்கத்தை உறுதுணையாக ஏற்றல் வேண்டும்
சாக்குப் போக்குகளை அறவே ஒதுக்க வேண்டும்
ஆக்கம் ஆகும் ஏக்கம் அறவழியில் வேண்டும்

நாக்கு நல்லதையே நவிலும் எண்ணம் வேண்டும்
தாக்கம் ஏற்பட தடையை உடைக்க வேண்டும்
வீக்கம் வளர்ச்சி யல்ல என உணர வேண்டும்
நோக்கம் உன்னதமாக கொள்ளும் போக்கு வேண்டும்

பகுத்து ஆய்ந்து உணரும் அறிவு வேண்டும்
தொகுத்த நூலின் தெளிவுரை புரியும் திறன் வேண்டும்
வகுத்த பாதையில் வழுவாது செல்லும் வல்லமை வேண்டும்
புகுத்தும் போதனை உண்மையின் உரைகல்லாக வேண்டும்

மலை மடுவு கண்டு மலைக்காது செல்லல் வேண்டும்
குலை நடுங்கும் குளிரைத் தாங்கும் திறன் வேண்டும்
கலைகள் பலவற்றை கற்கும் ஆரவம் வேண்டும்
அலைபோல் அடங்காது ஆர்ப்ரிக்கும் உறுதி வேண்டும்

வறண்ட பாலை கண்டும் வாடாத முயற்சி வேண்டும்
திறவுகோல் போல் முடிச்சு அவிழ்க்கும் திறன் வேண்டும்
அறமும அன்பும் அரண்போல் கொளல் வேண்டும்
முறம்போல் கசடு நீக்கும் கலை அறிய வேண்டும்

நிலம்போல் எதையும் தாங்கும் இதயம் வேண்டும்
நிலவு போல் குளிர் ஒளி உமிழும் குணம் வேண்டும்
உலக அறிவியலின் மாற்றத்தை ஏற்க வேண்டும்
திலகம் போல் தனித்துவமாக திகழ்தல் வேண்டும்

ஆனந்த ராகம்

பூவில் தேனுண்டு சுவைத்துக் களித்த பூங்குருவி
நாவில் இனிப்போடு பாடுது நல்ல இசையருவி
கோவின் முகம் அமர்ந்து இரை தேடும் கருங்குருவி
தாவிக் கவிபாடி தாளமிட்டு கொத்தும் கண் அருகே

வரமான மழை நீரில் நீந்தி கத்தும் வாத்துக் கூட்டம்
கரகரவென கத்தும் தவளை தாளத்துக்கு சுருதி கூட்டும்
சரமாய் எய்த அம்பாய் ஒலியோடு பாயும் சிட்டுக் குருவி
தரமான தாளத்தோடு தருவது தித்திக்கும் இசையருவி

சிவப்பு மூக்குத்தி அலகோடு சிற்றோசை பாடும் மாடப்புறா
தவச்சிறகை தரையோடு விரித்து தாள்நடமாடும் ஜோடிப்புறா
அவமானமின்றி அடுத்த கூட்டில் முட்டையிடும் குயில்
சிவந்த காலைப்போதில் சிலிர்த்துப் பாடும் இன் னிசையில்

மெல்லியதாய் மாய விரலால் ஆற்று மேனியை மீட்டும்
சில்லென்ற தென்றலால் எழும் சலசல இசை அழ கூட்டும்
மாங்கனி உண்டு மதுர கீதம் பாடும் பச்சைக் கிளிகள்
பாங்கோடு அமர்ந்து ஊஞ்சலாடுது தென்னங் கிளையில்

வானம்பாடி எழுப்பும் வசந்த கால வஞ்சிக் கானம்
கானம் முழுதும் பரந்து இசைத் தேனாய் காணும்
வானவில்லை வளைத்து தங்கச் சுட்டி பதித்த தோகை மயில்
கானம் பாடாவிடினும் களி நடனம் ஆடுது பூம் பொழிலில்

குணமா ?
குற்றமா ?

வீசும் காற்றை விட வேகமானது எண்ண நினைவு
கூசும் வெளிச்சத்தை விட பிரகாசமானது கனவு
மாசற்ற இறைபக்தியை விட புனிதமானது தூய அன்பு
பேசும் பேச்சை விட தேவையானது செயல் படும் பண்பு

இறுகிய பாறையை விட கடினமானது குறுகிய மனம்
வறுமையை விட கொடுமையானது வாட்டும் உடல் நோய்
சிறுமணலை விட சிறியது சிந்தனை செய்யா மனம்
உறுபகையை விட கொடியது உறவாடி கெடுக்கும் குணம்

பொழியும் மழையை விட உன்னத மானது தாராள குணம்
விழிகாட்டும் கருணையை விட தேவையானது உதவும் கரம்
செழிப்பை விட செம்மையானது சீரான ஒழுக்கம்
விழிப்புணர்வை விட வியப்பானது வேற்றுமை காணா இதயம்

எரிக்கும் அக்னியை விட சூடானது கோபக் கனல்
கரிக்கும் கடலை விட ஆழமானது காரிகை உள்ளம்
சிரிக்கும் பூவை விட மென்மையானது சிசுவின் புன்னகை
நரித் தந்திரத்தை விட நாசகரமானது நம்பிக்கைத் துரோகம்

சீறும் பாம்பின் நஞ்சை விட கொடியது நய வஞ்சகம்
ஊறும் எறும்பை விட சுறுசுறுப்பானது ஓயாத உழைப்பு
ஆறும் புண்ணை விட ஆற்றாதது வாய் உதிர்க்கும் சொல்
ஏறும் மலையை விட உயரமானது எளிய பண்பு

திரைகடல் ஓடியும் தேடல் நன்று

வாழ்க்கைப் பயணத்தில் தேடல் ஒருபோதும் ஓயாது
ஆழ்ந்த தேடலில் பொருள் மட்டுமே அடங்காது
வீழும் ஒவ்வொரு வினாடியும் கடந்த காலமே
வாழும் காலத்தில் பதித்திடு எதாவது நல்ல தடமே

கடைசி மூச்சு வரை நல்ல தேடலை நிறுத்தாதே
இடைபடும் இடரெல்லாம் ஒரு பொருட்டாக மதிக்காதே
தடையை தகர்க்க தயக்கம் ஒருபோதும் கொள்ளாதே
மடைதிறந்த வெள்ளமாக வெற்றி வரும் துள்ளாதே

வீணாகும் காலம் எல்லாம் மீண்டு ஒருபோதும் வாராது
காணாததை எண்ணி கலங்கினால் வெற்றி தராது
தூணாக திடமாக நின்றால் ஏமாற்றம் வாராது
ஆணாக அகங்காரம் கொண்டால் அமைதி கிட்டாது

தேடலைத் தொடர வயது முதுமை பொருட்டே அல்ல
வாடாத மலர் உண்டோ வாடும் வரை வாசம் தருமல்லோ
ஆடாத மயில் உண்டோ அதிர்ஷ்டத்தை நாடல் நன்றோ
கூடாத முயற்சி எனபது முயற்சிக்கு இழுக்கு அன்றோ

பாடும் பறவைகள் பாடுவதை ஒருபோதும் நிறுத்தாது
ஆடும் அலைகள் ஆட்டத்தை ஒருபோதும் அடக்காது
நாடும் உணவிற்கு நகர்தலை விலங்கு குறைக்காது
தேடும் மனித குணத்தை நிறுத்துவது இயற்கைக்கு மாறனது

மனமே மருந்து

முடியும் எனும் எண்ணம் கொண்டால் முடி சூடலாம்
அடிமேல் அடி விழுந்தால் தான் பெரும்பாறை உடையும்
படிப்படியாக ஏறினால் தான் உச்சியை அடையலாம்
கடினம் என ஒதுங்கினால் கரை சேரல் கடினம்

முதல் முயற்சியில் முழு வெற்றி கிட்டாவிடில் முடங்காதே
நிதம் தொடர் முயற்சி செய்தால் வெற்றி முடங்காதே
பதமான மண்ணால் தான் நல்ல பானை செய்ய இயலும்
விதவிதமாக வித்தியாசமாக சிந்தித்தால் தான் வெற்றி கிட்டும்

விரயமான நாட்களை எண்ணி விசும்பாதே விட்டுவிடு
வரமாக்கி வரும் நாட்களை வளமாக்கி விதைபோடு
இரவல் களைநீக்கி சுயத்தை உரமாக்கி அறிவு நீர்பாய்ச்சு
தரமான பயிராகி தங்க விளைச்சல் தரும் அது காய்ச்சு

நிறைவான மனிதர் என இப்புவியில் யாரும் இலர்
குறைசில யாவரிடத்தும் உண்டு என்பதை உணர்
பிறை ஓர்நாள் முழு நிலவாகும் என்பதை உணர்
இறைசக்தியே அனைத்தும் தரும் என்பதை தவிர்

ஏன் இயலாது என்னால் எனும் கேள்வி எழுப்பு
தானே பதில் வரும் இயலுமென தன்னம்பிக்கை துளிர்த்து
வானையே வசமாக்கி யவன் நம்போல் மனிதன் தானே
ஊனமனதை உயிர்ப் பித்தால் உச்சம் தொடல் எளிது தானே

ஓடப்பர் உடையப்பர் எல்லாம் ஒப்பப்பர்

என்ன இவனுக்குத் தெரியுமென ஏளனம் கொள்ளாதே
என்ன இவனிடம் கற்கலாமென ஆவல் கொள்
பொன்னை விட சிறந்த உலோகம் பல உண்டென உணர்
உன்னைவிட உலகத்தில் சிறந்தவர் பலகோடி உளர்

கற்றது அறையின் இருள் அகற்றும் விளக்கு அளவு
மற்றது அகிலத்தின் இருள் அகற்றும் ஆதவன் அளவு
தொற்று நோயாய் தொடர்கிறது நான் எனும் ஆணவம்
பற்றற்று நின்று மனிதப் பற்று கொண்டு தொலைப்பீர் ஆணவம்

நிறைவானவர் என யாரும் இல்லை இப்புவியில்
குறைசில யாவரிடத்தும் உண்டு என்பதே உண்மை
பிறைநிலா முழு நிலவாகி பின் தேய்வது போல்
அறிவு வளர்ந்து பின் முதுமையில் மறதியால் தேயும்

குற்றம் குறையே கண்டால் குலையும் ஒற்றுமை
பற்று கொண்டு பழகினால் மறையும் பகைமை
கற்றதினால் மட்டுமே வந்திடுமா அறவழி நற்பண்பு
சுற்றியுள்ள சூழலும் வளர்ப்பும் தரலாம் நற்பண்பு

தக்காரை அளப்பது எச்சமல்ல செல்வ மிச்சமே
மிக்காரை அளப்பது மனிதமல்ல அதிகார உச்சமே
திக்கெட்டும் திரவியம் கொண்டோ ருக்கும் ஆறடியே மிச்சமே
சக்கையாய் உழைத்து களைத்தோ ருக்கும் ஆறடி எச்சமே

மாப்பிள்ளை

பிள்ளை பட்டத்தில் மாப்பிள்ளை கடைசி நிலை
கிள்ளை மொழியாளின் சொல் இனி கேட்கும் நிலை
கொள்ளை போகும் தோழர் கூட்டத்தின் சகவாசம்
வெள்ளை உள்ளத்து வீதியுலா இனி சர்வநாசம்

துள்ளிக் குதித்து திமிறு காட்டிய மயிலைக் காளை
அள்ளிச் செருகியவள் அசைவுக்கு இனி ஆட்டும் வாலை
நடுக்காட்டில் நள்ளிரவில் தனியா நடந்த மகனா யானை
குடும்பக் கூட்டில் இனி சொல் கேட்கும் கும்கி யானை

அம்மா சொல்லை அசட்டை செய்த ஆண்பிள்ளை
விம்மும் இல்லாளின் விழிநீர்க்கு வீழும் கிள்ளை
வானில் சிறகு விரித்து உயரப் பறந்த ராஜாளி
தேனின் மொழி பேசும் தேவதைக்கு இனி கூண்டுக்கிளி

அடுக்கடுக்காக வெட்டிச் செலவால் ஆன விரயம்
குடும்பப் பொறுப்பால் சிக்கனத்தால் இனி குறையும்
விடுப்பில் நண்பர் குழாத்தோடு சுற்றிய வாலிப உலா
துடுப்போடு வரும் படகுபோல் துணைவி யோடு மட்டுமே

இனிவிழா

மனம்

மனித உடலில் மனம் எனும் உறுப்பு உண்டோ
அனிச்சை செயல் போல் மனதின் செயல் உண்டோ
மனநிம்மதி மனக் கவலை மனப்பிறழ்வு மனச் சோர்வு
தினமும் ஏதோ ஒன்று நிகழ்கிறதே எங்ஙனம் அது

அறிவியல் ஆராய்ச்சியில் தேடினால் மனம் இல்லை
அறிவும் மனமும் ஒன்றா என்றால் பொருள் இல்லை
இதயத்தில் மனம் உளதா என்றால் அதுவும் இல்லை
இதயம் இரத்தத்தை சுத்திகரிக்கும் இயந்திரம் மட்டுமே

மூளையில் மனம் ஒளிந்து உள்ளதோ பதில் இல்லை
மூளை உடல் இயக்கம் சிந்தனையை கட்டுப்படுத்தும் உறுப்பே
பாளைச் சிரிப்பும் பண்படா சினமும் வருவது எங்கனம்
வாளைச்சுழற்றும் கரமும் கண்ணும் ஒருங்கி ணைவது எங்கனம்

வேதிப்பொருள் சுரந்து வினை புரிதலே மனநிகழ்வா
வாதிடுகிறார் சிலர் மூளையின் ஒரு பகுதி உணர்வே மனம் என
பீதியாவதும் பிணி யாவதும் மனதைப் பாதிக்குதே
நீதி சொல்வதானால் உயிர் போல் மனமும் ஒளிந்துளதோ

கண்டார் உண்டோ மனம் என்ன வென்று
எண்ண ஓட்டத்தை மனம் எனச் சொல்லலாமா
எண்ண ஓட்டம் எங்கிருந்து உருவாகிறது மூளையில் தானே
திண்டாடுகிறார் மனம் தேடி அலைபவர் எங்குளது என

மின் காந்த அலைபோல் மனம் எனலாமோ
தன்னை ஒளித்து தன் செயலை வெளிப் படுத்துதே
ஆன்மீகத்தில் ஆயிரம் விளக்கம் இருக்கலாம்
வானின் பிரபஞ்ச மர்மம் போல் மனமும் மர்மமோ

தீதும் நன்றும் பிறர் தர வாரா

இன்பம் ஏற்றம் மட்டும் உனனால் வருவதில்லை
துன்பம் துயரம் கூட அடுத்தவர் தருவது இல்லை
வன்மம் பகைமை தொலைத்தால் வாழ்வே ஆனந்தம்
அன்பு ஒன்றே இவ்வுலகை ஆளும் பெரும் ஆயுதம்

நடக்கும் நன்மை எல்லாம் நம்மால் வரும் எனில்
கடந்து போகும் தீமைக்கும் நாமே காரணம்
அடங்காத ஆத்திரம் ஆனந்தத்தை குறைக்கும்
தடங்கலாகும் கயமையைக் கொன்றால் அன்பு வளரும்

உன்னுள் தான் உள்ளது நீ தேடும் மன நிம்மதியே
தென்றலாகி வருவதும் புயலாகி புரட்டுவதும் எண்ணமே
பொன்னாகி வருவதும் தகரமாக தடதடப் பதும் எண்ணமே
உன் வளமை வறுமை எண்ணத்தாலே என்பது திண்ணமே

உள்ளத்தின் அமைதி நல்ல உறக்கம் தரும்
கள்ளமும் காழ்ப்புணர்வும் கயைமையை வளர்க்கும்
உள்ளத்தின் தெளிவு தெள்ளத் தெளிந்த நீராய் ஓடும்
பள்ளம் மேட்டில் பாயும் நீராய் கொந்தளித் தால் அமைதி குலையும்

முன் வினைப்பயன் என்பது மூட நம்பிக்கை கருத்து
நன்மையும் தீமையும் நமக்கு நாமே தேடிக் கொள்வது
அன்பு வழி சொர்க்கம் ஆயுத வழி நரகம் ஆகும்
என்றும் இன்புற்று வாழ அன்பு அறமே நன்றாகும்

வாய்ச் சொல் வீரர்

வெட்டிக் கதை பேசுவர் வீண் புரளி கிளப்புவர்
கொட்டிக் கிடக்கும் நேரத்தைக் கொன்று வீணடிப்பவர்
நெட்டிச் சோம்பல் முறித்து பிறரை குறை கூறுபவர்
தட்டிக் கழிப்பர் கடமையை தவஞானி போல் பேசுபவர்

கூட்டத்தில் பிதற்றுபவர் குறைகளையே பேசுபவர்
நாட்டத்தில் நலம் கொள்ளார் நஞ்சையே கொஞ்சுபவர்
ஆட்டத்தின் தோல்விக்கு அடுத்தவனை கை காட்டுபவர்
பாட்டனின் பெருமையை முனை மழுங்கச் செய்பவர்

காளான் பறிக்க கடப்பாறை கொண்டு செல்பவர்
வேளா வேளைக்கு உணவு கிடைத்தால் வீராப்பு பேசுபவர்
நாளையும் பொழுதையும் வீணாக பேசியே நகர்த்துபவர்
வேளாண்மைக்கு ஆளில்லை என வியாக்கியானம் பேசுபவர்

நல்ல வேலை கிடைக்க வில்லை என நாடகம் ஆடுபவர்
செல்ல வேலை வீடு தேடி வரவேண்டும் என்பவர்
பொல்லாத சனியின் ஆதிக்கம் ஜாதகத்தில் என்பவர்
இல்லாததைப் பேசியே உள்ள பொழுதைக் கடத்துபவர்

ஆனை குதிரை கட்டி ஆண்ட பரம்பரை என்பவர்
மானும் மயிலும் உலவிய நந்தவன சொந்தக்காரர் என்பவர்
தேனும பாலும் திகட்ட திகட்ட உண்டவன் என்பவர்
தான் என்ன செய்தார் என்பதை கடைசி வரை கூறாதவர்

எல்லை

நாடுகளுக்கு இடையே உண்டு நிரந்தர எல்லை
வீடுகளுக்கு இடையேயும் உண்டு விதவிதமான எல்லை
பாடுங் குயிலின் இசைக்கு உண்டோ ஓர் எல்லை
கோடு கிழிக்காத வரையறையே உறவின் எல்லை

காதல் கனிந்தால் கல்யாணமே அதற்கு எல்லை
மோதலாகி கசந்தால் போவது விரக்தியின் எல்லை
சூதாட்டம் தருவது பேராசை எனும் பெருந் தொல்லை
வாதாடி தோற்றால் மிஞ்சுவது வருத்தத்தின் எல்லை

அணை கட்டாத ஆசைக்கு ஆபத்து தான் எல்லை
இணை இல்லாத வாழ்வில் தொல்லைகளே எல்லை
முனை மழுங்கிய கணை போல் முயற்சி இன்மை தேடலின் எல்லை
வினையா தினையா விதைத்தது தெரியாதது குழப்பத்தின் எல்லை

தொடர் நல்ல தேடலுக்கு என்றும் இல்லை எல்லை
இடர் ஆயிரம் வரினும் விடா முயற்சியால் வெல்வதே எல்லை
படர் கொடிக்கு படர்ந்து செல்ல இல்லை ஏதும் எல்லை
சுடரொளி போல் பிரகாசிக்க சிரமம் தாண்டி சாதிப்பதே எல்லை

ஆசைக்கு வேண்டும் எல்லை அன்புக்கு வேண்டாம் எல்லை
பூஜைக்கு வேண்டும் எல்லை புண்ணியம் தேட வேண்டாம் எல்லை
காசுக்கு வேண்டும் எல்லை கல்விக்கு வேண்டாம் எல்லை
மாசுக்கு வேண்டும் எல்லை மாற்றத்திற்கு வேண்டாம் எல்லை

நீர்க்குமிழி

நிரந்தரம் இல்லாதது எல்லாம் ஒருவகை நீர்க்குமிழியே
பரந்த உலகில் திடீர்ப் புகழும் பறக்கும் நீர்க்குமிழியே
சிரமேற் கொள்ளாத எல்லா சிந்தனையும் நீர்க்குமிழியே
உரமும் நீரும் இல்லாத பயிரின் விளைச்சல் நீர்க்குமிழியே

ஆயுதம் எல்லாம் பேச்சு வார்த்தைக்கு முன் நீர்க்குமிழியே
பாயும் புலியும் பதட்டம் ஆனால் வேட்டை நீர்க்குமிழியே
ஓயுதல் செய்யும் ஒவ்வொரு முயற்சியும் நீர்க்குமிழியே
தாயும் வயதானால் தனயனின் பாசமும் நீர்க்குமிழியே

வேரில்லா மரம் வெகுநாள் நிற்கும் என்பது நீர்க்குமிழியே
ஊரில்லா உறவில்லா தனிமையின் இனிமை நீர்க்குமிழியே
பாரில் பவனி வரும் பரிதாபங்கள் மாறும் என்பது நீர்க்குமிழியே
போரில் ஆயுத இயக்கம் அறியாதவன் வெற்றி நீர்க்குமிழியே

ஆட்டத்தை விட்டு கவனம் சிதறினால் வெற்றி நீர்க்குமிழியே
வேட்டை யாடத விலங்கிற்கு உணவு நீர்க்குமிழியே
கூட்டத்தில் கோஷம் போடுபவனின் ஆளுமை நீர்க்குமிழியே
பூட்டுப் போடாத வீட்டின் பாதுகாப்பு நீர்க்குமிழியே

கடிவாளம் இல்லாத குதிரையை கட்டுப் படுத்துவது நீர்க்குமிழியே
அடிவாங்காத மாணவனின் அற ஒழுக்கம் நீர்க்குமிழியே
துடிக்கும் ஒவ்வொரு நொடியும் பயன் இன்றி போவது நீர்க்குமிழியே
விடியல் வேண்டுமாயின் உழைப்பை யல்ல வியர்வையை
நீர்க்குமிழியாக்கு

கண்டதும் காணாததும்

கோட்டை கட்டியவன் மனிதன் கோவில் கட்டியவன் மனிதன்
காட்டை தன் கட்டுப்பாட்டில் கொண்டு வந்தவன் மனிதன்
வேட்டை விலங்குகளை தன் விருப்பப் படி ஆட வைப்பவன் மனிதன்
நாட்டை மக்களை ஆள எல்லை வகுத்தவன் மனிதன்

மண்ணை ஆள்பவன் மனிதன் மாக்கடலை கடந்தவன் மனிதன்
விண்ணில் மிதப்பவன் மனிதன் விமானத்தில் பறப்பவன் மனிதன்
கணியைக் கண்டவன் மனிதன் கைபேசியில் பேசுபவன் மனிதன்
பிணியைப் போக்குபவன் மனிதன் பித்தம் தெளிவிப்பன் மனிதன்

மலையை உடைத்தவன் மனிதன் மடுவில் குதித்தவன் மனிதன்
சிலையை செதுக்கியவன் மனிதன் சிகரத்தில் ஏறியவன் மனிதன்
கலையை படைத்தவன் மனிதன் களிப்போடு வாழ்பவன் மனிதன்
அலையோடு ஆடியவன் மனிதன் அணை கட்டி நீர் தேக்கியவன் மனிதன்

பயிர் செய்து விளைச்சலால் பசி போக்கியவன் மனிதன்
உயிர் காக்கும் மருந்துகள் கண்டு பிணி நீக்குபவன் மனிதன்
வயிறு கிழித்து பிள்ளையை வெளிக் கொணர்ந்தவன் மனிதன்
வயிறு தவிர்த்து குழாயில் கரு வுறச் செய்தவன் மனிதன்

ஆயுதம் செய்தவன் மனிதன் அழிவைத் தேடியவன் மனிதன்
பாயும் நதி நீரின் அளவை அளந்து அறிந்தவன் மனிதன்
பாயும் ஏவுகணை வேகத்தை அளந்தவன் மனிதன்
தேயும் நிலவின் தூரத்தை துல்லியமாக அளந்தவன் மனிதன்

இரவில் உலவும் நிலவில் நடந்தவன் மனிதன்
அரவமில்லா விண்வெளியில் கோளை செலுத்தியவன் மனிதன்
புயலைக் கணித்தவன் மனிதன் பேரழிவைத் தடுத்தவன் மனிதன்
இயற்கைக்கு மாறாக எதிர்த்து செயல் படுபவனும் மனிதனே

பூகம்பத்தை அளந்தாலும் முன்பே கணிக்கும் முறை காண வேணும்
வேகமாக வெடிக்கும் எரிமலையை தடுக்கும் முறை காண வேணும்
கரை தாண்டாதவரை கடலை கட்டுப் படுத்தும் வழி அறிய வேணும்
வரைமுறை படுத்தி எல்லா உயிரும் நல்லா வாழ வழி காண வேணும்

சட்டத்தின் ஒட்டைகள்

ஓட்டைகள் ஏராளம் கொண்டது தான் நாட்டின் சட்டம்
சாட்டைபோல் சொடுக்கும் ஏழை முதுகில் சட்டம்
வேட்டையாடி விலங்கிட்டு அடைக்கும் அப்பாவியை சட்டம்
வாட்ட சாட்டமான வனுக்கு வாசல் திறந்து வழிவிடும் சட்டம்

உண்மை ஊமையாகிறது பொய்கள் கூத்தாடு வதால்
தண்டனை தாமதம் ஆகிறது ஆதாரம் அழிக்கப் படுவதால்
கண்டனம் பொருட்டல்ல கவலையோடு மதிக்கப் படாததால்
பண்பாடு சிதைகிறது சட்டம் வளைக்கப் படுவதால்

நல்லவன் சான்று கொண்டால் வழி விடாது சட்டம்
வல்லவன் சான்றால் வளைத்தால் வழி விடும் சட்டம்
பொல்லாதவன் போக்கிரிக்கு புகலிடம் தரும் சட்டம்
இல்லாதவன் ஏழைக்கு கடுமை காட்டும் சட்டம்

மெய்யை புறந்தள்ளி பணப் பெருச்சாளியை வெளிவிடும் சட்டம்
பொய்யும் புரட்டும் புகுந்து விளையாட உதவுவது சட்டம்
கையும் களவுமாக பிடிபட்டாலும் சாட்சிக்கு அலையும் சட்டம்
பொய்ப்பொருள் காண பணம் பிரதானம் என்கிறது சட்டம்

அதிகாரம் அடைய எதிரியை பழிவாங்க உதவுவது சட்டம்
சதி செய்தாலும் தண்டனை யின்றி உலவ உதவுவது சட்டம்
இதிகாசத்தில் கூட துரோகத்திற்கு துணை போகிறது சட்டம்
மதிக்காமல் சட்ட விதிகளை மிதிப்பதால் வளைகிறது சட்டம்

ஒழுக்கம் பேணப் படாவிடில் உண்மையை ஒழிக்கும் சட்டம்
எழுச்சியான வாதம் மெய்க்கு ஒலித்தால் பாதுகாக்கப் படும் சட்டம்
அழுக்கு மனதை சீர்திருத்த வழி வகுக்க வேண்டும் சட்டம்
பழுதில்லாது காப்பதும் வளைப்பதும் வழக்கறிஞராலே என்பது
சட்டம்

நிலவின் தென்துருவில் முத்தம்

அமெரிக்கா ரஷ்யா சீனா வரிசையில் இந்தியா
தமக்கே தென்துருவை முதலிடம் ஆக்கிய இந்தியா
நமக்கு முந்த எகிறி குதித்து தென்துருவில் மோதிய ரஷ்யா
திமிறிய முயலல்ல ஆமை நடையில் இலக்கை எட்டிய இந்தியா

மந்திர மாயமல்ல சந்திரயானின் உண்மை இயல்
தந்திரமல்ல தவிப்புடன் கூடிய திட்டமிட்ட செயல்
இந்திர சந்திர லோக கற்பனை எல்லாம் பணால்
விந்தையல்ல விரிந்த அறிவியலின் வியப்பான செயல்

இலக்கான நிலாத் தரையை முத்தமிட்டது இஸ்ரோ
தலைக்கனம் இல்லாத தன்மையோடு செயல் படும் இஸ்ரோ
பல ஆண்டு கனவு முயற்சி செயல் இன்று நனவானது
உலக விண்வெளி ஆராய்ச்சி தொழில் நுட்பம் தனதானது

உந்தித் தள்ளும் முறையில் பூமி நிலவை சுற்றிய ஆர்பிட்டர்
முந்திப் பிரிந்து வேகம் குறைத்து நகர்ந்தது லேண்டர்
மந்தமான வேகத்தில் நிலாத் தரையில் இறங்கியது லேண்டர்
பிந்தைய நிலையில் வெளிவந்து நடந்தது ரோவர்

ஆதித்யாவும் ககன்யானும் நமது அடுத்த இலக்கு
சாதித்து காட்டுவோம் விண்வெளியில் வெற்றிக் கொடி நாட்டு
பாதிப்பை படியாக்கி பற்றி எழுந்து வெற்றி பெறுவோம்
போதிப்போம் உலகிற்கு பின் தங்கிய வரல்ல நாமென

நிலவும் செவ்வாயும் வருங்கால மானிட வாழ்விடங்கள்
இலகுவாக விரைவாக ஆகும் எதிர்கால பயணங்கள்
உலகம் ஒன்றல்ல பல உருவாகும் வாய்ப்புகள்
கலகம் இல்லா உலகமாக்கி படைப்போம் பல சாதனைகள்

பேசும் காசு

காசு தூசா ஆசையா மாசா மனுசா பேசு
வீசும் காத்துல விழுமா காகிதக் காசு
ஏசும் மனுசன் வீசுவது பிச்சைக் காசு
காசு இல்லா மனுசன் ஆவான் செல்லாக்காசு

காசு உள்ளவன் பேச்சும் மூச்சும் விலை போகும்
காசு அற்றவன் கண்ணியம் கூட தூசு ஆகும்
வாசம் தருவது அறவழி உழைத்த காசு ஆகும்
நாசம் ஆவது நய வஞ்சகத்தால் சேர்த்த காசு ஆகும்

வாழைபோல செல்வந்தன் காசு வெட்ட வெட்ட தளிர்க்கும்
ஏழை காசோ எரிந்த சாம்பல் போல காற்றில் கரையும்
பேழையில் உறங்கும் காசு பேய் போல பயம் தரும்
கூழையே குடித்தாலும் காசற்ற நிலை கூட நிம்மதி தரும்

ஆள்பவன் அதிகாரம் செய்பவன் காசு உள்ளவனே
தாள் பணிந்து தயங்கி தடுமாறுபவன் காசு அற்றவனே
நாள் முழுவதும் உழைப்பவனிடம் இல்லாத காசு
கோள் மூட்டி குதர்க்கம் பேசுபவனிடம் குவியும் காசு

நாணயப் பேச்சு மிகுந்தால் நாநயம் மிகலாம்
நாணயக் காசு மிகுந்தால் ஆணவம் மிகலாம்
மாணவனுக்கு போதிக்கனும் மாசற்ற காசை
ஆணவம் அகந்தை அற்ற வாழ்வே புகழின் ஓசை

மாசற்ற நல்ல காசே மன நிம்மதி தரும்
ஆசுவாசம் வேண்டு மாயின் பேராசை துறக்கனும்
வீசும் வாசமலராய் வாழ நெஞ்சில் வாஞ்சை உதிக்கனும்
பேசும் அன்பான பேச்சாலே பூவுலகை புன்னகைக்கு மாற்றனும்

தேடலே மாற்றத்தின் வித்து

உடல் உழைப்புக்கு மாற்றாக உபகரணம் வந்தது தேடலாலே
கடல் இணைப்புக்கு கால்வாய் வெட்டியது தேடலாலே
மடலை ஒழித்து மின்னஞ்சல் ஆக மாற்றியது தேடலாலே
அடர் வனத்தின் ஆச்சர்யத்தை அறிந்தது தேடலாலே

வானை வசப்படுத்தி வலம் வருவது தேடலாலே
மீனைப்போல் மூழ்கும் நீர்மூழ்கி கண்டது தேடலாலே
ஏனைய கோளின் தூரத்தை துல்லியமாக அளந்தது தேடலாலே
சேனை போர் களமின்றி ஏவுகணையால் ஆனது தேடலாலே

தளராத வேக வாகனத்தால் பயணம் எளிதானது தேடலாலே
பிளந்த அனுவின் ஆற்றலை பயன் படுத்துவது தேடலாலே
அளந்து ஆற்று நீரின் கணத்தை கண்டது தேடலாலே
வளர்ந்த பனிமலை உச்சியை தொட்டது தேடலாலே

உறுப்பு மாற்று செய்து செயல் பட வைத்தது தேடலாலே
அறுவடை உள்ளிட்ட விவசாய பணி எளிதானது தேடலாலே
மறு சுழற்சியால் கழிவு அகற்ற இன்னும் வேண்டும் தேடலே
சறுக்கல் கண்டு தயங்காது தொடர வேண்டும் தேடலே

பேரழிவைத் தடுக்கும் வானிலையை முன்பே கணிப்பது தேடலாலே
ஊரைத் தொடர்பு கொள்ள உலக இணையம் கண்டது தேடலாலே
யாரோ தேடிக் கண்டு பிடித்ததை அனுபவிப்பது தேடலாலே
பேரோ பெருமை பட அறிவால் புதியது கண்டு பிடி உன் தேடலாலே

வாழ்வில் வளமும் வசதியும் வந்தது தேடலாலே
ஆழ்கடல் மர்ம முடிச்சுகள் அவிழ்ந்தது தேடலாலே
ஊழ்வினை என ஒதுக்கி விட்டால் பாழ் படும் தேடலே
வாழ்வில் தேடல் தொலைந்தால் புவியில் மாற்றம் முற்றுப் பெறும்

அறுபதின் அலப்பறைகள்

சாய்வு நாற்காலியில் அமர்ந்து விட்டத்தை பார்க்கவா ஓய்வு
தேய்வு எலும்பில் ஏற்பட்டாலும் தேயாத மனம் செய்யுது ஆய்வு
பாய்ந்த இளரத்தம் குறைந்தாலும் பட்டறிவு தேடுது உழைப்பை
காய்ந்த இலைபோல் கருகுவதை ஏற்காத மனம் நாடுது நலத்தை

ஆதவன் போல் அழியா நிலையும் கிட்டலாம்
சாதனை செய்து சரித்திரத்தில் இடம் பிடித்தால்
போதிய வயதில்லை சாதிக்க என்பது மன முடமாம்
சாதிக்க வயது தடையில்லை என்பது சரித்திர பாடமாம்

விதி இதுவென மதியை முடக்கி வாழ்தல் சாதாரண வாழ்வு
சதி இதுவென உடைத்து சாகசம் செய்தல் சாதனை வாழ்வு
உதிக்கும் உயர் எண்ணத்திற்கு உயிர் கொடுத்தல் ஒப்பற்ற வாழ்வு
மதிக்கும் உலகை மிதித்து எழுந்தால் அவமான வாழ்வு

சுற்றத்தின் கட்டுப்பாடு இன்றி சுய முடிவு எடுத்தல் சிரமாம்
மற்றவரின் பார்வையில் இனி பட்டுப் போன பாவி மரமாம்
கற்றதின் உதவியோடு பேச்சால் களம் ஆடுபவர் சிலர்
உற்றவரின் உரக்கச் சொல்லால் உடைந்து ஊனமாபவர் பலர்

சுயதொழிலால் அறுபதைத் தாண்டி சுடராய் ஒளிர்பவர் சிலர்
பயத்தால் பிணியோடு போராடி அணைபவர் பலர்
இயற்கையோடு இயைந்து வாழ்ந்தால் இடரை வெல்லலாம்
கயமை கொண்டு சுயத்தை இழந்தால் காணாமல் போகலாம்

இருபதில் வீசிய பூங்காற்றை இன்னமும் தேடுவது தவறா
அறுபதில் முடங்கி விடு என ஒடுக்குவது சரியா
அறுபதுக்கு மேல் கிழ முத்திரை குத்தி சுருக்குவது ஞாயமா
அறுபதை இருபது உலக அனுபவத்தில் வெல்லுமா

பயனுற வாழ்வதற்கு

மலை கண்டு மயங்காதே மடுவு கண்டு நடுங்காதே
அலைக்கு அஞ்சி அடங்காதே ஆபத்து கண்டு அஞ்சாதே
தலை நிமிர நடக்க தயங்காதே தவறு செய்யத் துணியாதே
வலையில் வலிந்து மாட்டாதே வரம்பு மீறி நடக்காதே

கற்றலை ஒருபோதும் நிறுத்தாதே கடமை வழுவி நடக்காதே
சிற்றலையால் மனம் சிதறாதே சிரித்து வாழ மறக்காதே
சுற்றம் மனம் உழல உளராதே உண்மை பேச தயங்காதே
குற்றம் சிறிதை பெரிது ஆக்காதே குறை பேசியே திரியாதே

பொருள் மட்டுமே தேடி அலையாதே பொறுப்பை புறந்தள்ளாதே
இருள் கண்டு மிரளாதே இல்லாததை இருக்கு என நம்பாதே
அருள் கிட்ட வேண்டி அலையாதே அயராத உழைப்பை கைவிடாதே
மருளும் குணத்தால் உருளாதே மயக்கத்தில் மூழ்கி மடியாதே

சிரமம் கண்டு உடையாதே சீறிப் பாயத் தயங்காதே
வரவு மட்டுமே வேண்டி வாடாதே செலவும் செய்யக் கூசாதே
தரவு இன்றிப் பேசாதே தடம் பதிக்கத் தவறாதே
இரவு உறக்கத்தை குறையாதே இல்லாத குழப்பத்தைக் கொள்ளாதே

உடல் உபாதையை உதாசிக்காதே உடனடி தீர்வை தவிர்க்காதே
தடாலடியாக எதிலும் இறங்காதே தன்மை யோடு யோசிக்கத் தவறாதே
அடாவடி ஆதிக்கத்திற்கு அடங்காதே அன்புக்கு அடிபணிய மறக்காதே
குடத்து விளக்காய் குன்றிடாதே குன்று விளக்காக ஒளிராது நின்றிடாதே

இலவு காத்த கிளியாய் இராதே இலக்கை எட்டிட மறவாதே
நிலவு போல் தேய்ந்து வளராதே நிரந்தர வளர்ச்சி அடைய துவளாதே
கலக்கமுற யாரையும் செய்யாதே குழம்பிய குட்டையில் மீன் பிடிக்காதே
இலக்கணம் தவறி நடக்காதே இயற்கையை அழிக்க நினைக்காதே

மிக்ஜாமின் ருத்ர தாண்டவம்

கடலை மொத்தமாக மொண்டு வந்து கொட்டுது மழை
விடலைப் பருவத்து வருணனின் சித்து விளையாட்டோ இம்மழை
தடாலடியாக மிரட்டுது தளராத தப்பாட்டம் போடுது மழை
விடாது விண்ணை மறைத்து கதிரவனை சிறை செய்தது மழை

பறக்கும் விமானச் சிறகை நனைத்து முடக்கியது இம்மழை
அறம் பிறழாது ஓடிய ரயிலின் மூச்சை நிறுத்தியது இம்மழை
உறவாடி மக்களோடு ஊர்ந்த பேரூந்தை ஓரம் கட்டியது இம்மழை
நிறம் மாறாத பூக்களாய் நின்று விடாது பொழிகிறது இம்மழை

மாநகரை படகு குழாமாக்கி மக்களை முடக்கியது இம்மழை
ஆனந்தத்தை அடகு வைத்து அச்சத்தை அணிவித்தது இம்மழை
சிங்கார நகரத்தின் சீர்மிகு எழிலைச் சிதைக்கிறது இம்மழை
வங்காளக் கடலின் வயிற்றுப் பசிக்கு அழுகையே இம்மழை

அடைத்த குப்பையால் வாறுகாலை உடைத்து வெளிவரும் வெள்ளம்
தடையாய் தடுத்த வீடு உள்ளும் தாவிக் குதிக்கும் வெள்ளம்
இடைமறித்த இன்ன பிற ஆக்கிரமிப்பால் தேங்குது வெள்ளம்
தடை உடைத்து விடை கொடுத்தால் தேங்காது வெளியேறும் வெள்ளம்

இயற்கையாக அமைந்த வடிகாலை சிதைத்தது நாம்தானே
முயற் கொம்போ முட்டும் மழைக்கு இனி நீர் தேங்காது என்பது
புயலால் வரும் பெருமழைக்கு விடை என்பது முடக்கம் தானோ
கயல் துள்ளும் குளம் போல் தெருவில் நீர் தேங்குவது நலமோ

காலநிலை மாற்றம்

கடும் பனி பெரும் மழை பெய்ய யார் காரணம்
கொடும் வெயில் கோர வறட்சி யார் காரணம்
சுடும் புகை சூடாகும் புவி வெப்பமாதல் ஏனாம்
தடுமாறும் காலநிலை மாற்றம் யார் காரணம்

இயல்பானது இல்லை எனில் ஈர்ப்பது பருவநிலை மாற்றமே
வயலும் வசிப்பிடமும் மூழ்குதல் வரைமுறை யற்ற வாழ்வியலாலே
கயல் குளத்தில் துள்ளலாம் கடைத் தெருவில் துள்ளலாமா

பருவநிலை மாற்றத்தின் பரிணாமமே இம்மழை
உருத் தெரியாது அழிக்கலாம் ஊழியாகி இம்மழை
கருப்பொருள் யாதெனில் இயற்கையை சிதைத்ததே
பெருமரத்தை வேரோடு வெட்டி வீழ்த்தியதே

ஆராய்ச்சி எச்சரிக்கை வெப்பமாதலை தடுக்கவே
காரணம் தேடாமல் கவனத்தில் கொள்ளல் நலமே
கூரான வானிலை ஆய்வை மேம்படுத்தலும் நலமே
சீராக இல்லாது பேய் மழை பெருமழை பெய்தல் அவலமே

இமயத்தின் உறைபனி உருகுதல் எச்சரிக்கை அபாயமே
சமயத்தில் தென்துருவ பனிப்பாறை கரைதலும் அபாயமே
நமக்கு அபாயம் வந்த பின் தான் தேடுவோம் அபயமே
சுமக்கும் பெருந்துயர் தவிர்க்க சூடாகாது புவி காப்பதே உபாயமே

பல்லுயிர் சமநிலை பேணுதல் புவிக்கு அவசியம்
புல்லும் பூச்செடியும் பெருமரமும் புவிக்கு அவசியம்
கொல்லும் விலங்கும் புல் உண்ணியின் விகிதமும் அவசியமே
பொல்லாத சிறு சிறு தவறுகள் பேரிடர் வரக் காரணமே

மின்சாரமின்றி அமையாது இனி உலகு

தொலைந்தது மனித ஆற்றல் நிலைத்தது மின் ஆற்றலே
உலை உணவுக்கும் உயிருக்கும் வைக்கும் மின் ஆற்றலே
கலையும் களியாட்டம் நடைபெறத் தேவை மின் ஆற்றலே
அலைபேசியில் அளவளவா அவசியம் மின் ஆற்றலே

கோட்டை மாட மாளிகை எழுந்தது மனித ஆற்றலாலே அன்று
வீட்டை அமைத்து விவசாயம் செய்தது மனிதஆற்றலாலே அன்று
ஏட்டை கூட எடுப்பது இல்லை இணையமே எல்லாம் இன்று
ஓட்டையான உடம்பு ஒட்டடை போல் சக்தி அற்றதானது இன்று

இருள் நீக்கும் விளக்கு எரிய தேவை மின் ஆற்றலே
அருள் புரியும் சாமியை அலங்கரிக்கத் தேவை மின் ஆற்றலே
உருளும் வாகன உந்து சக்திக்குத் தேவை மின் ஆற்றலே
எருது செய்த விவசாயம் இன்று எந்திரம் செய்வது மின் ஆற்றலே

கணிணி இணையம் தொலைத் தொடர்புக்குத் தேவை மின் ஆற்றலே
பிணி நீக்கும் மருத்துவ சேவைக்கும் தேவை மின் ஆற்றலே
துணி துவைப்பதும் வீடு துடைப்பதும் மின் ஆற்றலே
மணி அடிப்பதும் மணிகாட்டுவதும் மின் ஆற்றலாலே

படி ஏற மறந்து பளு தூக்கியில் பறப்பது மின் ஆற்றலாலே
இடி போல் இடறி சில நேரம் உயிர் பறிப்பதும் மின் ஆற்றலாலே
படிக்க மட்டுமல்ல இதயம் துடிக்கவும் தேவை மின் ஆற்றலே
குடிநீர் வடிகட்ட குழாயில் நீர் ஏற்ற தேவை மின் ஆற்றலே

பொழுது போக்கு சாதனம் இயங்கத் தேவை மின் ஆற்றலே
உழுக களை எடுக்க நீர் பாய்ச்சத் தேவை மின் ஆற்றலே
தொழும் சாமிக்கு வெளிச்சம் தருவது மின் ஆற்றலே
எழும் விமானம் எந்திரக் கப்பலுக்கும் தேவை மின் ஆற்றலே

அம்மியும் ஆட்டுக்கல் பொம்மையாகி புழக் கடையில் உள
இம்மையில் சமையலுக்கு உபகரணமே இனி உள
நம்மை ஆள்பதும் தவறாக உபயோகித்தால் அழிப்பதும் மின்சாரமே
செம்மை ஆக்குவதும் வாழ்வை சீரழிப்பதும் மின்சாரமே

மின்சார மின்றி இப்புவி எள்ளளவும் இனி நகராது
இன்பவிழா இனிய கொண்டாட்டம் நடைபெறத் தேவை மின்சாரமே
துன்ப வெப்பம் நீக்கும் கருவி செயல்படத் தேவை மின்சாரமே
என்றும் மனித வாழ்வில் இணைபிரியாத் தொல்லை மின்சாரமே

மொத்தத்தில் இனி காற்று நீரின்றி கூட வாழலாம்
சுத்தமாக இயலாது மின்சாரமின்றி புவியில் வாழ்தல்
கத்தும் கரைச்சானும் மின் விளக்கில் பூச்சி உண்கிறது
அத்தியாவசியப் பொருளில் உணவு உடையோடு மின்சாரமும்
இனி சேரும்

நாடோடி ஆனோம்

ஊர் உண்டு ஊர் வாழ் மக்கள் அங்கே இல்லை
பேர் உண்டு பழம் பெருமை முன்பு போல் இல்லை
தார் தாராய் புஞ்சை உண்டு விவசாயம் இல்லை
சீர்மல்கிய ஆயர் பாடியில் அயலாரே இன்று அதிகம்

சாரை சாரையாக பள்ளிக்கு நடந்தே அன்று சென்றோம்
நாரை இரை தேடும் குளத்தில் மாட்டோடு மல்லுக் கட்டினோம்
ஏரைக் கட்டி எருதோடு நாள் முழுதும் உழவு செய்தோம்
கூரையில் தீப்பிடித்தால் இரவில் குடத்தோடு நீர் இறைத்தோம்

ஓடை மணலில் ஓடி ஓடி கபடி ஆடினோம்
காடை பிடித்து கறி சமைத்து காட்டில் உண்டோம்
ஆடை என்பது அன்று அலங்காரப் பொருள் அல்ல
வாடையிலும் கோடையிலும் வசந்தமே கண்டோம்

ஊர்ப் பள்ளியில் படித்தே உயர் பதவி பெற்றவர் நம்ஊரார்
ஏரோடும் வயலோடும் போர் செய்து கொண்டே படித்தோம்
கார் கால மழையிலும் பால் கறந்து விட்டே பள்ளி சென்றோம்
தீரா பகையானாலும் சீரான ஒற்றுமையோடு ஊர் பேர் காத்தோம்

மாற்றம் என்பது தொடர் நிகழ்வு என்பதை உணர்ந்தோம்
ஆற்றாமையோடு அசை போடும் அடி மனதின் ஆதங்கம் இது
வேற்று ஊரில் குடி புகுந்தாலும் பிறந்த ஊர் பற்று கொண்டோம்
ஏற்று இதே பற்றை வரும் தலைமுறையும் போற்ற வேண்டுவோம்

வெளியேறி விட்டோம் பிழைப்பு தேடி வேறு வேறு இடம்
உளி தேடி கல்விச் சிலை வடிக்க நகரம் சென்றோம்
எளிமை மாறி எந்திர மாற்றத்தை ஏற்றோம்
ஒளிமயமான எதிர்காலம் தேடி நாடோடி ஆனோம்

தீதும் நன்றும் கலந்ததே உலகு

அறச்செயலால் நல்லவனாக போற்றப் படுபவன் இராமன்
பிறன்மனை கவர்ந்ததால் தூற்றப் படுபவன் இராவணன்
பெரும்போரை வென்ற பாண்டவர் பேர் பேசப்படும் வரை
கரும்புள்ளி என துரியோதனனும் பேசப் படுவான்

வில்லாளன் விஜயனின் வீரம் பேசப்படும் வரை
வல்லவன் கொடையாளி கர்ணனின் தீரமும் பேசப்படும்
நல்லவனும் பொல்லாதவனும் இருந்தால் தான் காவியம்
நல்லவனை மட்டுமே வைத்து எழுத முடியுமா காவியம்

மகாத்மாவின் புகழ் பேசப்படும் காலம் வரை
மாபாதகன் கோட்சேயின் பெயரும் பேசப்படும்
தகாதவனை தக்கவன் என எழுதும் வரலாறும் உண்டு
மகானை மட்டமானவன் என தூற்றும் வரலாறும் உண்டு

நன்மை என்று ஒன்று இருக்காது தீமை இல்லா விடில்
உண்மைக்கு உலகில் உயர்வேது பொய் இல்லா விடில்
இன்பம் என்பது இருக்காது துன்பம் இல்லா விடில்
அன்பு உலகில் வாழாது துயர் ஒன்று இல்லா விடில்

நல்லவன் காவிய நாயகனாக சந்தனம் போல் மணப்பபான்
பொல்லாதவன் வில்லனாக சாக்கடை போல் நாறுவான்
இல்லாதவன் இருக்கும் வரை புவியில் உள்ளவனும் இருப்பான்
கல்லாமை கொன்றால் எல்லா காட்சியும் மாறலாம்.

தமிழ்த் தேன் குடித்தேன்

வானவில்லைப் பார்த்தேன் வண்ணத்தை ரசித்தேன்
கானக்குயிலோசை செவி மடுத்தேன் தேனாய்ச் சுவைத்தேன்
ஞானச் செருக்கைத் துறந்தேன் நியாயம் பல அறிந்தேன்
வான நிலவை வர்ணித்தேன் வெண்மை கண்டு வியந்தேன்

மலைத்தேன் சுவைத்தேன் மதுரத்தை எண்ணி மலைத்தேன்
கலைத்தேன் கற்சிலையில் குடித்தேன் சிற்பத்தில் படித்தேன்
இசைச்தேனை ரசித்தேன் இயல் தேனாய் ருசித்தேன்
அசைத்தேன் பூச்செடியை வாசத்தேன் நுகர்ந்தேன்

இயற்கையை ரசித்தேன் இன்பத்தை துய்த்தேன்
அயற்சியை ஒழித்தேன் ஆனந்தத்தில் திளைத்தேன்
முயற்சியை விதைத்தேன் முன்னேறிப் பிழைத்தேன்
பயிற்சியைத் தொடர்ந்தேன் பக்குவப் பட்டு எழுந்தேன்

நகைச்சுவைக்கு சிரித்தேன் மனச் சுமை இறக்கி வைத்தேன்
பகைச் செருக்கு அறுத்தேன் உற்றார் உறவை வளர்த்தேன்
சிகையழகை சிந்தித்தேன் சிலகாலமே இது என நிந்தித்தேன்
மிகை பகிர்வோரை நேசித்தேன் மிரட்டும் தொனியோரை தூசித்தேன்

அழகை ஆராதித்தேன் ஆற்றலை அதிகரித்தேன்
தழல் வீரம் அணிந்தேன் தடுமாற்றத்தைத் தூர வைத்தேன்
விழலுக்கு நீராவதைத் தடுத்தேன் விளைச்சலை எடுத்தேன்
சுழலில் சிக்காது தவிர்த்தேன் சுதந்திரக் காற்றை சுவாசித்தேன்

கவலை

ஆக்கம் செயல் வடிவம் ஆகாவிடில் வருவது கவலை
ஏக்கம் கொள்வதால் எரிந்து மாறிடுமா கவலை
தேக்கத்தின் காரணம் கண்டால் மாறலாம் கவலை
ஊக்கம் கொண்டு செயல் பட்டால் மாறலாம் கவலை

திருடனுக்கு அகப்பட்டு விடக் கூடாது எனக் கவலை
பருவ வயதில் அழகு குறைந்தால் வருவது கவலை
விரும்புவோர் கடைப்பார்வை கிடைக்கா விடில் கவலை
கரும்பின் இனிப்பே கசந்தால் பருவக் கவலை

பயணத்தின் இலக்கை எட்டா விடில் வருவது கவலை
இயலாமை என்பது தன்னம்பிக்கையைத் தகர்க்கும் கவலை
கயமை களத்தில் குதித்து தடுத்தால் வருவது கவலை
முயற்சியை முடக்கி அதிர்ஷ்டத்தை நம்பினால் கவலை

பதற்றம் பிதற்றல் கவலையின் பிரமாணத் திவலை
உதவி உரிய நேரத்தில் கிடைக்கா விடில் ஓங்கும் கவலை
பதவியை துஷ்பிரயோகி க்க பலவந்தப் படுத்தினால் கவலை
அதகள அதிகாரம் செய்வோரைக் கண்டால் கவலை

மாணவர்க்கு உரிய மதிப்பெண் கிட்டா விடில் கவலை
பாணர் கவிதைக்கு பரிசில் இல்லை என்றால் கவலை
நாணலாய் வளையும் சட்டத்தை முறித்தால் கவலை
வீணரின் விதண்டா வாதத்தில் மாட்டினால் கவலை

கோபத்தில் விளைந்த அனர்த்தத்தை எண்ணினால் கவலை
ஆபத்தை உணர்ந்தும் அசட்டையால் சிக்கினால் கவலை
தூபமிடுவோரின் சொல்லை ஆராயாமல் இறங்கினால் கவலை
சாபம் பாவத்தை சட்டை செய்யாதோரைக் கண்டால் கவலை

குவலயத்தில் கவலை இல்லா தவரைக் காண முடியுமா சுற்றி
கவலையை முடக்கி காரியத்தை சாதிப்பதே வெற்றி
திவலையாய் கவலையைப் பிரித்து ஆவியாக்கினால் வெற்றி
அவலை மெல்லுவது போல் அநாசயமாக கையாண்டால் வெற்றி

நிலையான விதிகள் பின்பற்றவே

நாரை வளைத்தால் தான் பூக்கள் மாலை ஆகும்
கூர் சிந்தனையால் தான் மாற்றம் நிகழ்த்தல் ஆகும்
ஏர் முனையால் தான் நிலத்தை பண்படுத்த இயலும்
நேர் நெறிமுறை வகுத்தால் தான் சமூகம் பண்படும்

கார் கால மழையால் தான் கதிர் விளைச்சல் தரும்
ஊர் போற்ற வாழ்ந்தால் தான் பேர் புகழ் வரும்
வேர் ஆழமாக ஊன்றினால் தான் மரம் நேராக நிற்கும்
பார் போற்றும் செயலால் தான் வரலாறு இடம் தரும்

தேய்விலா கல்லிலும் ஊர்ந்தே எறும்பு பாதையை வரையும்
ஓய்வறியா உழைப்பாலே தான் தனிவழி அமைக்க இயலும்
காய்ந்த நிலத்தில் விதைத்த விதை விளைச்சலா தரும்
ஆய்வு செய்யாத செயல் யாவும் அலைச்சலே தரும்

கரையிலா கடல் நீரால் விவசாயம் செய்ய இயலுமா
வரைமுறை இல்லா வாழ்வில் வசந்தம் வருமா
நரை மறைக்கும் வண்ணம் பூசினால் உடல் வலிமை பெறுமா
திரை மறைவு நிழல் வாழ்வு திடமான நிஜம் ஆகுமா

காற்று இல்லா வெற்றிடத்தில் விமானம் பறக்குமா
சோற்றுக்கு பொருள் இல்லா விடில் வாழ்வு சிறக்குமா
ஏற்ற விதியை போற்றி பின்பற்றினால் பலமே
தூற்றி தூர நின்று கல் எறிதல் மனச் சபலமே

யாருக்கு அளிப்பது வாக்கு

வாக்கு அளிப்பது அனைவரின் ஜனநாயகக் கடமை
வாக்கு யாருக்கு அளிப்பது என்பது தனியரின் உரிமை
போக்கு காட்டி வாக்களிக்க மறுப்பது மடமை
காக்க ஜனநாயகத்தை வேண்டுமாயின் அளிப்போம் வாக்குரிமை

நாட்டுக்கும் வீட்டுக்கும் நன்மை செய்வோர்க்கு அளிப்போம் வாக்கு

ஏட்டையும் எழுத்தையும் உயர்த்து வோர்க்கு அளிப்போம் வாக்கு
காட்டை கனிம வளத்தை காப்போர்க்கு அளிப்போம் வாக்கு
கேட்டை கெடுதலை ஒழிப் போர்க்கு அளிப்போம் வாக்கு

நல்ல கொள்கை கொண் டோர்க்கு அளிப்போம் வாக்கு
வல்லரசாக்கி வலிமை காட்டு வோர்க்கு அளிப்போம் வாக்கு
அல்லவை அகற்றி அன்பு செய் வோர்க்கு அளிப்போம் வாக்கு
கல்வி கலாச்சாரம் காப்போர்க்கு அளிப்போம் வாக்கு

தொழில் வளர்ச்சியை ஊக்கு விப்போர்க்கு அளிப்போம் வாக்கு
அழியாத கட்டமைப்பை உருவாக்கு வோர்க்கு அளிப்போம் வாக்கு
இழிவிலா சமுதாயம் படைப் போர்க்கு அளிப்போம் வாக்கு
பழிபோட்டு பாதகம் செய் வோர்க்கு மறுப்போம் வாக்கு

உழவுக்கு வந்தனை செய் வோர்க்கு அளிப்போம் வாக்கு
சுழலும் ஊழலுக்கு முற்றுப் புள்ளி வைப் போர்க்கு அளிப்போம் வாக்கு

தொல்லையில்லா சுகாதாரம் தரு வோர்க்கு அளிப்போம் வாக்கு
நல்ல நீதி நேர்மை நிலை நாட்டு வோர்க்கு அளிப்போம் வாக்கு

வெப்ப அலைக்கு யார் காரணம்?

சுட்டெரிக்கும் சூரியனின் வெப்ப அலைக்கு யார் காரணம்
பட்டுப் போகாத மரங்களை வேரோடு பெயர்த்த நாமே காரணம்
கட்டுப்பாடற்ற கனலை கதிரவன் கக்க யார் காரணம்
மட்டுப் படாமல் காடழிக்கும் தொழில் செய்யும் நாமே காரணம்

ஆடை பொசுங்கும் அளவிற்கு அனல் வீச யார் காரணம்
பீடை புவியில் பல்லுயிர் சமநிலை பராமரிக்காத நாமே காரணம்
புற ஊதா கதிர்கள் புவியில் ஊடுருவ யார் காரணம்
அறமற்ற செயலால் ஓசோனில் ஓட்டை போட்ட நாமே காரணம்

வெட்டிய மரத்திற்கு ஈடாக கன்று நடா ததற்கு யார் காரணம்
நட்டிய கன்றை பேணி பராமரிக்காத நாமே காரணம்
கொட்டப்படும்கழிவை முறைப்படி புதைக்காதது யார் காரணம்
தொட்ட இடமெல்லாம் நெகிழியை பரவ விட்ட நாமே காரணம்

சூரியனில் சூடேறவில்லை புவியில் சூடேற யார் காரணம்
நீர் நிலைகளை தூர்த்து தங்குமிடம் அமைத்த நாமே காரணம்
பாலை வனத்தில் பயங்கர மழை பெய்ய யார்காரணம்
ஆலைக் கழிவை முறைப்படி சுத்திகரிக் காத நாமே காரணம்

கோடையை எதிர்ப்போம் குளிர் வாடையை எதிர்ப்போம்
ஆடை காய விடாது பெய்யும் அதீத கார் கால மழையை
எதிர்ப்போம்
கோடை வெயில் கொட்டும் மழையை அதிகரிக்க வைத்த
நாமே எதிர்ப்பது ஞாயமா
வாடையில்லா வசந்தத்தை யாவது வரவேற்று இரசிப்போமா

ரௌத்திரம் பழகு

காடு அழிப்பவனைக் கண்டிக்க ரௌத்திரம் கொள்
ஏடு கிழிப்பவனை எதிர்க்க ரௌத்திரம் கொள்
ஈடு இல்லா இளமையில் கல்லாதவன் மேல் ரௌத்திரம் கொள்
கூடு உள்ளே வாழும் குஞ்சை உண்பவன் மேல் ரௌத்திரம் கொள்

பெரும் மலையை சிதைப்பவன் மேல் ரௌத்திரம் கொள்
அரும் உயிர் அழிவது கண்டு ரௌத்திரம் கொள்
வரும் மாற்றம் வளம் தராவிடில் ரௌத்திரம் கொள்
குரும் பலாவில் குண்டு வைப்பவன் மேல் ரௌத்திரம் கொள்

உண்மையுள் ஊடுருவும் ஓணான் கண்டு ரௌத்திரம் கொள்
பெண்மையை இழிவு படுத்தும் பேய் கண்டு ரௌத்திரம் கொள்
வெண்மையாம் அமைதியை வேர் அறுப்போர் மேல் ரௌத்திரம் கொள்
கண்மை போல் கருப்பரை வெறுப்போர் கண்டு ரௌத்திரம் கொள்

காற்றில் மாசு கலப்பவனைக் கண்டு ரௌத்திரம் கொள்
ஆற்றில் ஆலைக் கழிவைக் கலப்பவன் மேல் ரௌத்திரம் கொள்
சோற்றில் கலப்படம் செய்பவனைக் கண்டு ரௌத்திரம் கொள்
கூற்றில் வதந்தி பரப்புபவனைக் கண்டு ரௌத்திரம் கொள்

பதற்றத்தோடு எப்போதும் பிதற்றுபவன் கண்டு ரௌத்திரம் கொள்
நிதமும் நெஞ்சறிய வஞ்சகம் செய்வோன் மேல் ரௌத்திரம் கொள்
சிதறும் நெல்லியாய் சிந்தையைச் சிதறுவோன் மேல் ரௌத்திரம் கொள்
கதறும் தாய்மேல் கழிவிரக்கம் கொள்ளாதவன் மேல் ரௌத்திரம் கொள்

நம்பிக்கையா ?
நயவஞ்சகமா ?

கும்பிடும் கைக்குள் கோடாரி கொண்டவனை நம்பலாம்
கொம்புசீவி விட்டு வேடிக்கை பார்ப்பவனை நம்பலாமா
அம்புபோல் நேர் எதிர் வரும் எதிரியை நம்பலாம்
தும்பை விட்டு முதுகில் குத்துபவனை நம்பலாமா

தெருவில் சுற்றித் திரியும் வெறிநாயை நம்பலாம்
உருவமே இன்றி உலா வரும் வதந்தியை நம்பலாமா
பருவம் தவறிப் பெய்யும் மழையை நம்பலாம்
சருமத் தோற்றத்தினாலே நல்லவன் என்பானை நம்பலாமா

கூர்கொம்பு கொண்ட காளையைக் கூட நம்பலாம்
ஆர்வக் கோளாறை ஏற்படுத்தி அபகரிப் பவனை நம்பலாமா
ஊர்ந்து சீறும் நச்சுப் பாம்பைக் கூட நம்பலாம்
நேர்மறைப் பேச்சுப் பேசி குரல்வளை நெறிப்பவனை நம்பலாமா

பயிரோடு வளர்ந்து பதராகும் களையை நம்பலாம்
உயிரோடு உறவாடிஉலை வைக்கும் உறவை நம்பலாமா
வயிரோடு வளர்ந்து வாட்டும் பசியை நம்பலாம்
வியனுலகை அழிக்கும் கோரப்பசிப் போரை நம்பலாமா

விற்பவனின் புத்தியிலுள்ள வியாபார யுக்தியை நம்பலாம்
கற்றவனின் மூளைக்குள் ஒளிந்துள்ள கயமையை நம்பலாமா
கொற்றவனின் இடுப்பிலுள்ள உடை வாளை நம்பலாம்
சுற்றியுள்ள மந்திரியின் சுயலாப தந்திரத்தை நம்பலாமா

பொய்க்கான பட்டங்கள்

அரசியலில் பேசப்படும் பொய்க்குப் பெயர் ராஜதந்திரம்
பரவசம் தரும் விளம்பர பொய்க்குப் பெயர் வர்த்தக நுணுக்கம்
தரவு இன்றி பேசப்படும் பொய்க்குப் பெயர் தம்பட்டம்
மரபு மீறிய செயலின் பொய்க்குப் பெயர் நவநாகரீகம்

அர்த்தமற்ற வாதத்தால் பெறும் வெற்றிக்குப் பெயர் யுக்தி
பார்த்து எழுதி தேர்ச்சி பெற்ற பொய்க்குப் பெயர் திறமை
வேர்த்து ஒழுக பயந்து மீண்ட பொய்க்குப் பெயர் வீரம்
நீர்த்துப் போன கொள்கையை நிலை நாட்டலுக்குப் பெயர் முழக்கம்

தப்பு செய்ய வாய்ப்பு கிடைக்காத வனுக்குப் பெயர் நல்லவன்
மப்பில் உண்மை பேசுபவனுக்குப் பெயர் குடிகாரன்
தப்பே செய்யாதவன் தண்டனை பெற்றால் குற்றவாளி
தப்பு செய்து தண்டனை யின்றி தப்பித்தால் நிரபராதி

சட்டத்தின் ஓட்டையை உபயோகிப்ப தற்குப் பெயர் நல்லவாதம்
அட்டைக் கத்தியில் வீரம் காட்டுவதற்குப் பெயர் கதாநாயகன்
வெறுப்பை உள்வைத்து புன்சிரிப்பு காட்டுவதன் பெயர் பாசம்
நெருப்பை மறைத்து கண்ணில் நீர் கசிய பேசுவதன் பெயர் நேசம்

பொய்யை பொருளாக்கி அழகாக்கி ரசிப்பவன புலவன்
செய்தவனை மறைத்து நன்மைக்கு தன் பெயர் பெறுபவன தலைவன்

பெய்யும் மழையும் கூட என்னால் தான் என்பவன் வித்தகன்
மெய்யை விழுங்கி பொய்க்கு உருவகம் தருபவன் உத்தமன்

நாளை உலகை அன்பே ஆளனும்

நேற்றைய பொழுதை நாளை தேடுதல் ஞாயமா
ஆற்றில் தொட்ட அதே நீரை மீள தொடுதல் இயலுமா
சீற்றம் சினமானால் சிந்தனை மழுங்கல் இயல்படா
போற்றும் புன்னகை சதா பூத்தால் புவியில் போரே வராதடா

தூற்றிய வசவுகளை தோண்டிப் புதைத்தல் நலமடா
கூற்று பழுதானால் கொள்கையில் மாற்றம் வருமடா
காற்று பலமானால் முதலில் காயம் அடைவது மரமடா
வேற்றுமை மறந்தால் ஒற்றுமையால் அன்பு வளருமடா

ஏற்றிய ஏணியை எட்டி உதைத்தால் இறங்கிட இயலுமா
சேற்றில் கால் வைக்காது நாற்று நடுதல் சாத்தியமா
வீற்றிருக்கும் வீணையை மீட்டா விடில் இசை தருமா
மாற்றுக் கருத்தும் உண்மை யாயின் மதிப்பளித்தல் நலமே

இளந்தளிர் வெட்டப்பட்டாலும் ஈர சில துளிரால் பசுமை வளருதே
வளந்தரும் கங்கை மாசுஆனாலும் இப்புவி வாழ நீர் தருதே
உளவியல் குறையால் போர் நிகழ்ந் தாலும் அன்பும் சில உலவுதே
அளவிலா வஞ்சத்திலும் சிறிது மனிதம் பூப்பதால் புவி வாழுதே

எளியோர் குரலும் அம்பலத்தில் ஓங்கி ஒலித்தால் நலமே
களிநடனம் கலவர மின்றி கடைக்கோடி வரை நீளல் பலமே
வளிமண்டலம் தாண்டியும் வலிமையான அன்பே வாழனும்
துளியும் வஞ்சகம் கலக்காத தூய அன்பே உலகை ஆளனும்

வரவு செலவு

திவலை திவலையாய் சேர்ந்தது தான் திமிங்கல வாழ்விடம்
கவலை கவலை கொள் கடுகு போல் வரவிற்கும்
தவிலை உடைத்தால் தாளம் தான் வருமா
தவலையில் இருந்தால் தான் அகப்பை யில் வரும்

வரவு மீறா செலவினம் தான் செய்ய வேண்டும்
வரம்பு மீறா செலவினம் தான் செய்ய வேண்டும்
தரவோடு தகுதியான செலவினமே செய்ய வேண்டும்
அரவமின்றி அநாவசிய செலவை தவிர்க்க வேண்டும்

உடல் ஆரோக்கியம் வரவின் உயர்ந்த அம்சம் ஆகும்
இடராய் நோய் வந்தால் எல்லாம் இல்லாமற் போகும்
கடல்போல் செல்வமும் கரைந்து கடுகு போல் காணாமற் போகும்
கடன் நோய் அற்ற வாழ்வே குறைவற்ற செல்வம் ஆகும்

கடுகு போல் செலவை ஆராய்வர் பூசணி போல் போவது தெரியாது
அடுக்கடுக்கான ஆடம்பர செலவை தவிர்ப்பது நல்லது
ஒடுக்கி வயிற்றுக்கு உண்ணாமல் சேர்ப்பதும் நல்லதல்ல
படுக்கையில் விழாமலும் பகட்டு காட்டா மலும் வாழ்வது நல்லது

வெள்ளை நிறத்து வீடு உணவு உடை ஆகியன அவசியம்
கொள்ளை போகா கல்விக்கு கூடுதல் செலவு செய்யலாம்
பிள்ளையின் எதிர்கால எழுச்சிக்கு இயன்றதை செய்யலாம்
உள்ளதை வைத்து உவகையோடு வாழ்தலே ஆனந்தம் தரும்

சொர்க்கம் நரகம்

வாழும் புவி வாழ்க்கை முறையே தான் சொர்க்கம் நரகம்
சூழும் சோதனையை முறியடித்து வாழ்ந்தால் சொர்க்கம்
பாழும் படுகுழியில் வீழ்ந்து பரிதவித் தால் அது நரகம்
கீழும் மேலும் காசில் புரள்வது அல்ல சொர்க்கம்

நல்லதை நினைத்து வாழ்வை நடத்து வதே சொர்க்கம்
அல்லவை நினைத்து ஆதங்கத்தில் உழல்வது நரகம்
பொல்லாததை புறந்தள்ளி புத்துணர்வு பெறலே சொர்க்கம்
தொல்லையை சேகரித்து துயரத்தில் மூழ்கலே நரகம்

முட்பாதையிலும் முடங்காது முன்னேறிச் சென்றால் சொர்க்கம்
தொட்ட தெல்லாம் துட்டு ஆனாலும் திருப்தி யற்ற வாழ்வு நரகம்
எட்டாததை எட்டும் முயற்சியில் வெற்றி காண்பது சொர்க்கம்
கிட்டாததை எட்ட கெட்ட வழி சென்றால் அது நரகம்

உடல் உள்ளம் இரண்டும் வலிமையாக இருந்தால் சொர்க்கம்
கடல் போல் செல்வம் இருந்தும் கவலையே வாழ்வானால் நரகம்
இடம் பொருள் ஏவல் அறிந்து வாழ்வது தான் சொர்க்கம்
திடமற்ற மனதோடு ஒருவித பயத்தோடே வாழ்வது நரகம்

உள்ளத்து உண்மையை உரக்கப் பேசி வாழ்வது சொர்க்கம்
கள்ளமதை மனதில் வைத்து கருகியே வாழ்வது நரகம்
பள்ளம் மேடு சமமாய் பாவித்து வாழ்வது சொர்க்கம்
துள்ளல் இன்றி தொடர் துயரத்தில் வீழ்வது நரகம்

இறந்த பின்பு கிடைப்பது அல்ல சொர்க்கம் நரகம்
சிறந்ததா சீரழிந்ததா என்ற வாழ்வு தான் சொர்க்கம் நரகம்
அறவழியில் அன்பு செலுத்தி வாழ்வது தான் சொர்க்கம்
புறவழியில் புரட்டு செய்து வீழ்வதுவே தான் நரகம்

வயநாடு இயற்கை பேரிடரா

முற்றிலும் இது இயற்கை பேரிடர் என புறந் தள்ளி விடலாமா
குற்றம் மனிதர் இடத்து இல்லை என தவிர்த்து விடலாமா
மற்ற காரணங்களை ஆராயாமல் கடந்து போய் விடலாமா
சற்று சிந்திப்பீர் செயற்கை காரணம் ஏதும் இல்லையா

பருவநிலை மாற்றம் காலத்தால் அல்ல மானிடரால் வந்தது
துருவத்தையும் உருக வைக்கும் வெப்பம் யாரால் வந்தது
உருகிப் பெய்யும் மழையும் எதனால் உச்சம் தாண்டியது
பருகும் நீராய் நேரடி மழைநீர் ஏன் இல்லாமல் போனது

மலைப் பாங்கான இடங்களில் முழு ஆய்வு செய்வதில்லை
நிலைகுலைந்து சரியும் மலையின் இறுக்கம் ஆய்வதில்லை
அலை அலையாய் கட்டிடம் கட்ட அனுமதி வழங்கியது ஏனோ
சிலைபோல் கற்பாறை தடுப்புச் சுவர் எழுப்பாதது ஏனோ

துல்லிய மழை அளவு கணிக்கும் தொழில் நுட்பம் ஏன் இல்லை
கல் மண்ணை வேரால் இறுக்கி காத்து நிற்கும் மரம் ஏன் இல்லை
வில்லிருந்து புறப்பட்ட அம்பாய் விண் மழைத்துளி பாய
வலுவிழந்த மண்மலை மல்லாக்க சரிய யார் காரணம்

இத்தனை உயிரைப் பலி கொடுத்த பின்னும் காரணம் அறியார்
அத்தனை துயர நினைவும் மாதத்தில் கடந்து போவார்
மெத்தனத்தை கைவிட்டு மெய்யா கவே இயற்கையை ஒன்றுவோம்
சித்தப் பிரமை விடுத்து சீரிய பாதுகாப் பை வலியுறுத்துவோம்

விடை காண இயலா வினாக்கள்

சாதிய கட்டமைப்பை சமூகத் தினின்று ஒழித்திடல் இயலுமா
மோதி மிரட்டும் மதங்கள் போதித்த அன்பு எங்கே
நீதி பரிபாலணத்தில் சகலருக்கும் சம உரிமை உண்டோ
போதிமரம் ஆசை ஒழிக்கும் ஞானத்தை எல்லோர்க்கும்
போதிக்குமா

போரில்லா புவிதனை பாரினில் பூக்க வைக்க இயலுமா
நீரில்லா நிலந்தனில் உயிரின் வாழ்வு தான் நிலைக்குமா
வேரில்லா விழுதில்லா விருட்சம் வித்து தான் தருமா
நாரில்லாது மலர்களை நல்ல மாலை ஆக்கிடல் இயலுமா

ஆயுதம் செய்யோம் என்று அகிலம் அன்பு மொழி பேசுமா
ஓயுதல் செய்வோம் என சோம்பினால் உலகம் முன்னேறுமா
தேயுதல் இல்லா வாகனம் உருவாக் கிடல் இயலுமா
காயும் வெயிலை கனிவான நிலவொளி ஆக்கல் இயலுமா

வாய்மையே வாய்மொழியாக கொண்ட அரிச்சந்திரன் உளரோ
தூய்மையாக முற்றும் துறந்த முனிவர் புவியில் உளரோ
மேய்ந்திடாத உணவு உண்ணாத உயிர் வாழ வழி உண்டோ
தேய்ந்த இளமை மீள சிலிர்த்து துளிர் விட்டு எழ இயலுமா

கொழுந்து விட்டு மலைபோல் எரியும் தீ வளையத்தில் இருந்து
கொளுத்தப்படாத கற்பூரத்தை மீட்பது போல சாதி ஒழிப் பென்பது
எழுந்து வரும் சுணாமிப் பேரலையின் மையத்தி லிருந்து
பழுதின்றி படகை மீட்பது போலத்தான் போரில்லா உலகம்
படைப்பது

அலைபேசி

அலைபேசி இல்லா இன்றைய மனிதன் அரை மனிதன் ஆவார்
உலை வைப்பதற்கே சிலர் அலைபேசி உதவியை நாடுகிறார்
இலையளவு அலைபேசியில் அகில உலகும் அடங்குதே
மலையளவு ஞாபகத்தை அலைபேசி தன்னகத்தே கொண்டதே

விழிப்பதும் உறங்குவதும் அலைபேசி முகத்திலே பேசி
கிழிக்காமல் தேதி சாவி தராமல் நேரம் காட்டுதே அலைபேசி
விழிக்கும் நேரத்தில் மடலை மின்னஞ் சலாய் தருவது அலைபேசி
வழி அறியார்க்கு வலைத்தள வரைபடம் மூலம் வழிகாட்டுதே அலைபேசி

முகமறியா நண்பரை தொடர்பு படுத்துது முகநூலால் அலைபேசி
சக உறவுகளோடு புலனத்தில் குலாவ குழு அமைத்தது அலைபேசி
அக அழுத்தம் நீக்க மெல்லிசை நகைச் சுவை வழங்குது
அலைபேசி
நக நிறம் முதல் நாடித் துடிப்பு வரை நலமறிய வழி கூறுது
அலைபேசி

நடப்பு செய்திகளை எளிதில் நாமறிய உதவுவது அலைபேசி
கடந்த கால மாண்புகளை கண் முன்னே நிறுத்துது அலைபேசி
அட என அதிசயக்க எதையும் தேடித் தருவது அலைபேசி
தொடர் புவிவாழ் மானிடர்க்கு இன்றி யமையாதது அலைபேசி

வங்கிக் கணக்கு முதல் வானூர்தி சீட்டுவரை தருவது
அலைபேசி
பங்குச் சந்தை முதல் படிப்பு வரை தரவு தருவது அலைபேசி
தங்கும் விடுதிமுதல் தங்கரத பறப்பாடு வரை பதிவு தருவது
அலைபேசி
அங்கத்தின் ஒரு பகுதியாக வாழ்வில் சங்க மித்தது அலைபேசி

தொலைத்தது கடிதம் கடிகாரம் என பலவற்றை அலைபேசி வரவு
கலைத்து மறக்கடித்தது மனித ஞாபகத் திறனை அலைபேசி வரவு
குலைத்து மனித நேரத்தை முடக்கி வைத்தது அலைபேசி வரவு
தலைகீழாகி இது மாறி மேம்பட்ட கருவி வந்தால் இதுவும் தொலையலாம்

நாம் வாழும் பூமிக்கு இரவு பகல் என இருமுகம் உண்டு
நாம் உழலும் அலைபேசியில் நல்லது கெட்டது என இருகுணம் உண்டு
வேம்பில் விளைந்த கனியாய் இனிப்பு கசப்பு கலந்தது அலைபேசி
தாம்பூலம் ஆவதும் தழல் நஞ்சாவதும் பயன்பாட்டாலே தரும் அலைபேசி

இனியவை இருபது

துள்ளல் நிறைந்தது இருபது துடிப்பு மிகுந்தது இருபது
வள்ளல் குணமும் வாலிபத் தினவும் கொண்டது இருபது
உள்ள உறுதியும் உலகை வெல்லும் ஆவலும் கொண்டது இருபது
பள்ளம் மேடுகளில் பயமறியாது பயணிப்பது இருபது

வெள்ள ஓட்டமும் வேங்கைப் பாய்ச்சலும் கொண்டது இருபது
கள்ளத்தனம் கபடம் சூது வாது அறியாதது இருபது
கொள்ளை அழகும் கோணாத மனமும் கொண்டது இருபது
வெள்ளை உள்ளத்தில் கனவு விருட்சம் வளர்ப்பது இருபது

வானையே வசப்படுத்தும் வல்லமை கொண்டது இருபது
தேனை தேனடை இருந்து எடுக்கும் துணிவு கொண்டது இருபது
மீனை மிஞ்சும் நீர்ச் சாகசம் செய்ய வல்லது இருபது
தானைத் தலைவனாக தன்னை வரித்துக் கொள்வது இருபது

இலக்கை எளிதாக எடுத்து எதிர் கொள்வது இருபது
கலக்கம் சிறிதின்றி எதையும் கடந்து செல்வது இருபது
உலகே உள்ளங் கையில் எனும் உணர்வு கொண்டது இருபது
சுலபமாக கேட்பது கிடைப்பதால் சுணங் காதது இருபது

வரவு இன்றி வரம்பு மீறி செலவு செய்வது இருபது
தரவு இன்றி தடுமாற்றம் இன்றி தடை தாண்டுவது இருபது
இரவுப் பயம் தொலைத்த இறுமாப்பு கொண்டது இருபது
புரவி ஏறி புவனம் முழுதும் சுற்றும் கனவு கொண்டது இருபது

முகமூடி

அழகு முகம் அணிந்து கொள்கிறது பல நூறு முகமூடி
பழசான பகையை பதுக்கி பார்வையில் காட்டுவது பாச முகமூடி
வழக்கமான வன்மத்தை உள்வைத்து வெளியே கனிவு முகமூடி
குழந்தை மனமென குறுக்கு சால்ஓட்டி குதூகலிப்பது ஒரு முகமூடி

நிறம் மாறும் பச்சோந்தி போல் மனித முகம் மாறுவது முகமூடி
அறவோனாய் நடித்து அதிகாரம் காட்டி மிரட்டுவது ஒரு முகமூடி
துறவறம் பூண்டும் தூயன தொலைத்து துஷ்டனாவது ஒரு முகமூடி
திறமை யாளனாய் திரித்து திக்கற்ற வனை ஏமாற்றல் ஒரு முகமூடி

கண்ணிலே காமம் கருத்திலே கண்ணி யவான் என்பது முகமூடி
உண்மையில் உதாசீனம் உரைப்பதோ உயர்வு எனும் முகமூடி
எண்ணத்தில் இளக்காரம் ஏற்ற வரவேற் பில் பூரிப்பு முகமூடி
உண்மையில் பகட்டு ஊருக்கு உத்தம எளிமை எனும் முகமூடி

கள்ளத்தை மறைத்து கருணையை வெளிக் காட்டுவது முகமூடி
வெள்ளமான கண்ணீரை வெளிக் காட்டாது புன்னகைப்பது முகமூடி
உள்ளச் சினத்தை மறைத்து உவகையை காட்டுவது ஒரு முகமூடி
குள்ள நரிச்செயலை ஒளித்து கோமாளி யாக நடிப்பது ஒரு முகமூடி

வெகுளி இல்லாவிடினும் வேலை முடியும் வரை அப்பாவி முகமூடி
தகுதி இல்லாவிடினும் தாழ்ந்து தயை கேட்டுப் பெறுவது ஒரு முகமூடி
சகுனியாய் நொண்டினாலும் சவால் விட்டு சமாளிப்பது ஒரு முகமூடி
மகுடிக்கு மயங்கும் பாம்பாய் பணிந்து பின் சீறுவது ஒரு முகமூடி

தானம் செய்யாதவன் தர்ம போதனை பெரிதாக செய்வது முகமூடி
மானம் கொல்பவன் மரியாதைப் பாடம் எடுப்பது ஒரு முகமூடி
ஞானம் அற்றவன் ஞாயிறுவாய் அறிவொளி ஓதுவது முகமூடி
ஈனப் புத்தியான் ஈவிரக்கம் பற்றி உபதேசிப்பது ஒரு முகமூடி

விண்கலங்கள் இணைப்பு

தூரத்து விண்கலங்களை தொடுதூரம் வரை நகர்த்துவது
ஆரத்து வட்டப் பாதையில் மீள தூரத்தில் துரத்துவது
சேர இரண்டையும் சேர்க்கும் போது சேதாரமின்றி பொருத்துவது
வீரபூமியில் அமர்ந்து விதிகள் படி இணைப்பது சாதனை

அளப்பரிய சாதனை இந்திய விண்வெளி ஆராய்ச்சியில்
தளம் விண்வெளியில் அமைக்க அடிப்படை முயற்சி
களம்காண இறங்கியது அதிரடியாக பதிக்க தடம்
வளமான விண்வெளி அறிவியலில் நான்காம் இடம்

இணைப்பு தொழில் நுட்பம் அறிவதே முதன்மை பலம்
முனைப்போடு பின் அமைக்கலாம் விண்வெளியில் தளம்
துணையின்றி தனித்தனியாக சுற்றி யதை தொட வைத்து
தினையளவு சேதாரமின்றி திறமையாக இணைத்ததே சாதனை

நாளைய ககன்யான் திட்டத்தின் அடிப்படை செயல் இது
ஆளை விண்ணுக்கு அனுப்பும் போது தங்கும் தளம் இது
கோளை இணைத்து தளம் அமைக்கும் தொழில்நுட்பமே இது
பாளைச் சிரிப்போடு பவனி வரலாம் இனி விண்வெளியில் கூட

கலங்களை இணைக்கும் போது மின் இணைப்பில் சேதாரம் கூடாது
அலுங்காமல் குலுங்காமல் இணைத் தால் தான் சாதனங்கள்
விலகாமல் வெடிக்காமல் பாதுகாப் போடு ஒன்றிணையும்

அழகின் இலக்கணம்

எது அழகு மானிட உருவ அழகின் வரையறை எது
பொதுவான நியதி ஏதும் உளதோ அழகு இது என்பது
வதுவின் வாளிப்பான வதனமா காளையின் கட்டுடலா எது
பதுமை போல் பவ்யமா பளிங்கு போல் பகட்டா எது

வெள்ளையே கொள்ளை அழகு என்பர் ஐரோப்பியர்
முள்ளாய் குத்தும் கறுப்பே அழகு என்பர் ஆப்பிரிக்கர்
உள்வாங்கிய கண் சப்பை மூக்கே அழகு என்பர் ஜப்பானியர்
குள்ள உருவம் குதிபோடும் உடல் சாகசமே என்பர் சீனர்

ஒவ்வொரு சமூகமும் தனக்கான இலக்கணம் வகுத்தனர்
திவ்யமே அழகு என்பர் சிலர் திறமையே என்பர் பலர்
வெவ்வேறு இலக்கணம் வாழும் சூழலுக் கேற்ப வகுத்தனர்
செவ்விய வெள்ளைக்கு கறுப்பு அறுவ றுப்பானது திமிர்

புற அழகில் புதையுண்டு இப்புவி புழுங்கி கிடக்கிறது
அறவழி வாழ்வே அழகு என்பதை மறுத்து மறைக்கிறது
நிறத்தை வைத்து நிர்ணயிக்கப் படுகிறது அழகு என்பது
மறத் தமிழன் மாட்டை அடக்குவதே வீர அழகு என்கிறது

ஊனக் கண்ணில் உண்மை அழகு ஒரு போதும் தெரிவதில்லை
வானம் அளவு வளமாய் தெரியும் அழகு நிலையான தில்லை
தானம் செய்வது தர்மம் காப்பதுவே தலையாய அழகு
மானமும் அறிவுமே மானிடர்க்கு என்றும் நிலையான அழகு

அன்பை அறுவடை செய்

விதைக்காத அன்பு விளைச்சல் தருமா
கதையிலும் அன்பை கருவாக்கி விடுக
சிதைக்கும் எண்ணத்தை சிந்தையிலே கருக்கிடுக
வதையில்லா வாழ்வை வையத்தில் ஏற்றிடுக

மாதை காமபோதையாய் கருதுவதை ஒழித்திடுக
சீதைகள் களவென்பதை சித்திரத்தோடு நிறுத்திடுக
பாதைகள் பயமில்லா பயணத்திற்கு வித்திடுக
போதையில்லா புண்ணிய பூமியை படைத்திடுக

ஆயுதம் செய்வதை அறவே ஒழித்திடுக
ஓயுதல் செய்யாது அன்பை விதைத்திடுக
பாயும் நதிநீரை பகிர்ந்து பயன்படுத்திடுக
சேயுக்கும் அன்பை சிந்தையிலே ஊட்டிடுக

மதத்திற்கு மதம் பிடிக்காது காத்திடுக
கதவில்லா வீடுள்ள காலத்தை உருவாக்கிடுக
வதமெனும் வார்த்தையை வையத்திநின்று ஒழித்திடுக
நிதம் நிம்மதியை நிலையானதாக ஆக்கிடுக

வயிற்றுக்குச் சோறிடலாம் வாழும் மானிடர்க்கு
பயற்சிக்கும் போருக்குமான செலவை ஒழித்திட
முயற்சி செய்து ஐ நா வில் பிரகடனம்
இயற்றி பின்தொடர்ந்தால் அன்பு அறுவடையாகும்

பேராசையை ஒழித்தால் அன்பு அறுவடையாகும்
தீராதிருட்டை ஒழித்தால் அன்பு அறுவடையாகும்
கூர்கோபத்தை ஒழித்தால் அன்பு அறுவடையாகும்
நேரான பாதையால் அன்பு அறுவடையாகும்

பணம்

வெற்றுக் காகிதமல்ல வேண்டு தலின் கடவுளே பணம் தான்
சுற்றும் பூமியும் சுழல்வதை நிறுத்தும் பணம் தந்தால்
ஒற்றைச் சொல் உலகையே வெல்லும் சொல் பணமே
கற்றவர் பெற்ற சிறப்பை விட மேலானது இன்று பணமே

உலகில் ஒவ்வொருவரின் உயரத்தை நிர்ணயிப்பது பணமே
விலகவும் ஒட்டி உறவாடவும் காரணம் ஆவது பணமே
நிலவும் எச் சூழலிலும் நின்று களமாட தேவை பணமே
பலத்தையும் பலவீனத்தையும் கூட நிர்ணயிப்பது பணமே

வெற்றியைக் கூட விலை கொடுத்து வாங்கலாம் பணத்தாலே
சுற்றமும் நட்பும் கூட சூழ வலம் வருவது பணத்தாலே
பற்றும் பாசமும் கூட பழுத்து கனியாவது பணத்தாலே
அற்ற குளத்து அறுநீர்ப் பறவை ஆகும் பணமில்லா சுற்றம்

செல்வந்தனின் கைகளில் அருவியாய் கொட்டுவது பணம்
மல்லுக்கட்டி வாழும் ஏழைக்கு எட்டாக் கனியே பணம்
அல்லும் பகலும் உழைப்பவனுக்கு அரிதாக கிட்டும் பணம்
சொல்லால் உத்தரவிட்டு சுகமானவன் இடம் மண்டியிடும் பணம்

உயிரைக்கூட உடலில் ஒட்டி வைக்கலாம் சிலநாள் பணத்தாலே
பயிர் விளைச்சல் கூட பலன் தருவது செலவாகும் பணத்தாலே
வயிறு பசிப்பதும் மந்தம் ஆவதும் பணக் கொழுப்பின் செயலாலே
தயிராய் கட்டியாவதும் மோராய் கரை வதும் பணம் கையால்பவராலே

இறைவனுக்கும் பிடிக்குது பணத்தால் ஆன அலங்காரம்
நிறைவாக இறைவனை முந்தி தரிசிக்க கரிசனம் காட்டுவது பணம்
முறையற்ற எந்த செயலிலும் முந்த உதவுவது பணமே
கறை படியாத கரம் என்பது இன்று அரிதான வீர அறமே

இன்றைய கிராமங்கள் முதியோர் இல்லங்களே

பழுத்த முதியோர் பழைய கிராமத்தில் அடைக்கலம் ஆக
கழுத்துவரை பணம் சேர்க்க இளையோர் காய்க்கும் மரம் தேட
வழுக்குப் பாறையாகி இளையோர் பாசத்தை விலக்கி வைத்து
விழுதாகி மரம் தாங்காது விதையாகி வேறிடம் முளைக்கிறார்

ஓடி உழைத்த உடல் ஒடுங்கி கிராமத்து ஓரம் ஒதுங்க
தேடிச் சேர்த்த செல்வம் மாத்திரை மருந்தில் கரைய
வாடி வதங்கும் மனம் பிள்ளைப் பாசத்தைத் தேட
கூடிக் களித்த குடும்பம் விட்டு முதுமை தனிமையில் வாடுதே

நோயோடு தனிமையும் வாட்ட சேயெல் லாம் தூரத்தே வாழ
பாயோடும் படுக்கையோடும் தனியே பேசி பொழுது போக்க
வாயோடு வரும் வார்த்தை வாசல் தாண்டாது முடங்க
காயோடு பழம் சேர்ந்து இருப்பதில்லை என உணர்த்துதே

அலை பேசியும் தொலைக் காட்சியும் ஆதரவு தர
தலை நிமிர்ந்து தர்க்கம் செய்த ஆளுமை இன்று தள்ளாடி
விலையிழந்த கல்லாய் ஆபரணத்தில் இருந்து வெளியேறி
வலைவீசி வளர்த்த குழந்தையைத் தேடி வாடுதே முதுமை

கொண்டாடத்தில் முன்பு குதூகலித்த கிராமம் இன்று தனியாக
திண்டாடும் முதியோர் இல்லமாக சுருங்கிப் போனது
வண்டாடி வனப்பு மிகுந்த சோலையாய் இருந்த கிராமங்கள்
பண்பாடு தொலைத்து பழையன பதுக்கும் கிட்டங்கி ஆயின

ஆடம்பர வீடுகள் கொண்ட அழகிய கிராமங்கள் இன்று
ஓடாய் உழைத்து ஓய்ந்த முதியோர் வாழும் இல்லங்களே
காட்டில் வாழும் விலங்கு போல் முதுமையில் தனியே வாழனுமென
போடாத சட்டத்தை ஏற்பது உலகின் புதுவகை மாற்றமே

செய்தி அல்ல செய் தீ

கடந்த காலத்தில் உண்மை செய்தியாய் வலம் வந்தது
நடப்பு நாளில் வரும் செய்தி உண்மையா என கேட்க வைத்தது
மண்ணில் உலாவந்த செய்திக்கு மதிப்பு இருந்தது அன்று
கண்எதிரே காணும் காட்சியையும் நம்புவது கடினம் இன்று

காட்சி ஊடகமும் அச்சு ஊடகமும் கட்சி சார்பு ஆயின
தீட்டும் ஒரே செய்திக்கு நேர் மற்றும் எதிர் பொருள் புனையுது ஊடகம்
நாட்டில் உண்மையே பேசுவேன் என உறுதி பூண்ட ஊடகம்
ஏட்டிக்கு போட்டியாக தன் சார்புக்கு சாதகமாக பேசுது

செய்திக்கு கண் காது மூக்கு வைத்து பரப்புவது சமூக ஊடகம்
செய்தியின் உண்மையை ஆராயாமல் கண்ணை மூடி
பொய்யை திரும்பத் திரும்ப புலனத்தில் உலவ விடுவர் சிலர்
பெய்தது தங்க மழை என்றாலும் நவீன யுகத்திலும் நம்புபவர் உண்டு

உண்மை கண்டறியும் குழுவும் அரிச்சந்திரன் அல்ல
திண்ணிய நெஞ்சம் வேண்டும் திரவ மாக ஓடும் பொய்யை ஏற்க
கண்ணியம் காக்காது அதீத கற்பனையில் செயற்கை
நுண்ணறிவு நுட்பத்தால் உருவாவதை மெய்யென ஏற்போரும் உளர்

பிடித்த செய்தி பொய் ஆனாலும் முட்டுக் கொடுக்க உளர் பலர்
பிடிக்காத செய்தி மெய் ஆனாலும் வெறுப்பு ஏற்றுவர் பலர்
முடிவாக உண்மைக்கு சமாதி கட்டி புதைத்து விட்டதே உண்மை
விடிவு யாதெனில் பொய் அவதூறுக்கு கடும் தண்டனை தேவை

அன்பும் அறிவுமே வளர்ச்சி

ஆணவத்தை அறவே வாழ்வினின்று அகற்றிடு
வீணாண கோபத்தை வெறுத்து வீழ்த்திவிடு
நாணாது பொய் புகல்வதை புறந்தள்ளி நிறுத்திடு
கோணாத அன்பு கொண்டு சிரித்து வாழ்ந்திடு

உண்மையான உழைப்பால் உயர்ந்து காட்டிடு
பெண்மையின் பெருமையை புறந் தள்ளாது போற்றிடு
கண்ணியம் கடமை கட்டுப்பாடு காத்து நடந்திடு
புண்ணியம் ஏழைக்கு எழுத்தறி வித்தலே என உணர்ந்திடு

தனித்து வாழ்வதை தவிர்த்து ஊரோடு ஒன்றி வாழ்ந்திடு
இனியனவே பேசி இவ்வுலக வாழ்வில் இன்பம் எய்திடு
கனிவாக நடந்து கருத்தை ஆய்ந்து புரிந்து அறிந்திடு
நுனிப்புல் மேயாது நல்அறிவால் உட் கருத்தை உள்வாங்கிடு

இறுக்கமான மனதை இலகுவாக்க செருக்கை அறுத்திடு
குறுக்கு சால் ஒட்டாது கூடி ஆலோசித்து முடிவெடுத்திடு
உறுத்தல் இல்லாதிருக்க ஒளிவு மறைவு இன்றி உண்மை பேசிடு
சறுக்கலில் சரிந்திடாது மீண்டு எழுந்து சாதித்து காட்டிடு

இயலாதது என்பது இவ்வுலகில் எதுவுமில்லை
முயலாததே முடியா தென்பதன் காரணம் அன்றி வேறில்லை
அயலானின் கண்டுபிடிப்புகள் அயராத உழைப்பாலே என்றுணர்
தயவுதேடாத தனித்த திறமைக்கு உண்டு வெற்றி என்றுணர்

இயல்பான சிந்தனையை மாற்றி இருளைக் கிழித்தால் வெற்றி
கயமையை ஒழித்து கடமை ஆற்றினால் கிட்டும் வெற்றி
பயத்தை தவிர்த்து பதட்டமில்லா செயலால் கிட்டும் வெற்றி
சுயத்தை இழக்காது சுணங்காது சுழன்றால் வெற்றி

புதியதோர் உலகம் செய்வோம்

போரொழித்து பூங்கொத்து கொடுத்து பேசுவோம்
கூராயுதம் செய்வதைக் குற்றமெனக் கருதுவோம்
ஏர்முனைக்கே எதிர்காலமென ஓங்கி முழங்குவோம்
ஈரமனதை எல்லா இதயத்திலும் வளர்ப்போம்

பட்டினி போக்க பகிர்ந்தளிப்போம் உணவை
கொட்டுவோம் யாதும்ஊரே யாவரும்கேளிரென முரசை
பட்டுப்போன மனிதத்தை பாரெங்கும் வளர்ப்போம்
கட்டுப்பாட்டை சுயமாக கடைபிடிக்க கற்போம்

ஆக்கம் பெருக்குவோம் அழிவைத் தடுப்போம்
ஊக்கம் தருவோம் உயிரினம் காப்போம்
ஏக்கம் கொள்வோம் இயற்கையை காப்போம்
நோக்கம் யாதெனில் நோயற்ற வாழ்வேயாம்

அன்பென்ற ஆயுதத்தால் அகிலத்தை ஆளுவோம்
தின்னும் உணவைத் தீங்கற்றதாக சமைப்போம்
துன்பம் தொலைக்க வன்மம் ஒழிப்போம்
நன்மை பயக்க உண்மையே நவிலுவோம்

போட்டியை பொறாமையின்றி பொறுப்பாய் எதிர்கொள்வோம்
ஆட்சியை அடக்குமுறையில்லா அதிகாரத்தால் நடத்துவோம்
சூட்சமத்தை உடைத்து சூத்திரத்தை வெளிக்கொணர்வோம்
வேட்கை யாதெனில் விபத்தில்லா தொழில்நுட்பமே

சுற்றுச்சூழலை நலமாக்க சுத்தத்தைக் கடைபிடிப்போம்
உற்ற நண்பனாக்கி உயர்பசுமையை விரிவாக்குவோம்
கற்றலை கட்டாயமாக்கி கல்வியை சமமாக்குவோம்
குற்றமற்ற கூட்டத்தை உருவாக்கி போற்றுவோம்

பேச்சு

சொன்னதையே திரும்பத் திருமபச் சொன்னால் கிளிப்பேச்சு
சின்னவாயில் தேனாய் சுவை சொட்டுவது மழலைப்பேச்சு
கன்னல் போல் இனிப்புத் தருவது சர்க்கரைப் பேச்சு
மின்னலாய் கிழித்து மேகமாய் இடித்து ஆற்றுவது முழக்கப்பேச்சு

கலகலவென அரங்கத்தை அதிர வைத்தால் சிரிப்புப்பேச்சு
சலசலப்போடு கூடிய சங்கடத்தைத் தந்தால் சர்ச்சைப்பேச்சு
உலகையே திரும்பிப் பார்க்க வைக்கும் பேச்சு தத்துவப்பேச்சு
விலகி பயந்தோடி பின் வியாக்கியானம் பேசுவது வெற்றுப்பேச்சு

எழுச்சியோடு உணர்வு ததும்ப ஆற்றுவது வீராவேசப்பேச்சு
கொழுந்து விட்டுஎரியும் பிரச்னையைப் கிளறுவது நெருப்புப்பேச்சு
விழுந்தவனைத் தன் மானத்தோடு எழச் செய்வது எழுச்சிப்பேச்சு
பொழுதுபோக்க புரட்டுகளை அள்ளி வீசுவது வெட்டிப்பேச்சு

கூட்டத்தின் கவனத்தை ஈர்த்தால் அது காந்தப்பேச்சு
வாட்டத்தை ஏற்படுத்தி வதைத்தால் அது மொக்கைப்பேச்சு
சாட்டையடி போல் சுளீரென வலித்தால் உணர்வுப்பேச்சு
கோட்டையே வீழ்ந்தாலும் கவலை கொள்ளதது அலட்சியப்பேச்சு

இறைபக்தியைப் போதித்து துதிப்பது ஆத்திகப்பேச்சு
மறைபொய் மதிநுட்ப அறிவியலே மெய் என்பது நாத்திகப்பேச்சு
நிறையை மட்டுமே நேர்த்தியாகப் பேசுவது லட்சியப்பேச்சு
குறையையே பேசி எதிர்மறையை ஏற்படுத்தல் குதர்க்கப்பேச்சு

மொழி ஒழித்து விழியாலே பேசினால் காதல்பேச்சு
பழிபோட்டு பகைமையோடு பேசினால் வெறுப்புப்பேச்சு
அழியாத ஆதாரத்தோடு அடுக்கிப் பேசினால் தரவுப்பேச்சு
சுழிநீரைப்போல சுழித்துப் பேசினால் சதிப்பேச்சு

மணல் கயிறு

கூவத்தை நன்னீராக்கி படகு விடல் மணல் கயிறு
சாவற்ற நெகிழிக்கு மரண சாசனம் எழுதுதல் மணல்கயிறு
நோவற்ற வதந்திக்கு முற்றுப்புள்ளி வைத்தல் மணல் கயிறு
காவுகேட்கும் விபத்தை களைந்து அழித்தல் மணல் கயிறு

வழக்கறிஞர் வாய்மையே பேசுவார் என்பது மணல் கயிறு
தழல் நெருப்பு தவிர கலப்பட மில்லாதது என்பது மணல்கயிறு
உழவே உலகில் உயர் தொழி லெனக் கொணர்தல் மணல் கயிறு
புழங்கும் பணம் யாவும் நேர்மையின் வரவே என்பது மணல் கயிறு

போதையில்லா புது உலகம் படைத்தல் என்பது மணல்கயிறு
பாதைகள் பயமற்ற பயணம் தரும் என்பது மணல்கயிறு
மோதலில்லாது பேசி எல்லை வகுக்கலாம் என்பது மணல்கயிறு
சேதம் தராது செயற்கை நுண்ணறிவு என்பது மணல்கயிறு

அதிகாரம் தொலைத்து அன்பை வளர்ப்போம் என்பது மணல்கயிறு
புதிய பசியற்ற உலகு படைப்போம் என்பது மணல்கயிறு
மதிப்பு பணம் பதவியால் வராது என்பது மணல்கயிறு
நிதியால் நிம்மதி வாங்கலாம் என்பது மணல்கயிறு

சாதி சமயயில்லா சமுதாயம் படைப்போம் என்பது மணல்கயிறு
போதிமரம் எல்லாம் ஞானம் தரும் என்பது மணல்கயிறு
நீதியின் தீர்ப்பு எல்லாம் நடுநிலை யானது என்பது மணல்கயிறு
நாதியற்றோர் இல்லா நல்லுலகம் படைத்தல் என்பது மணல்கயிறு

தாய்க்கு நிகரானவையின் நிலை

நதியைத் தாயாய்ப் பார்க்கும் நாட்டில் நன்னீர் நதி காணோம்
குதிபோட்டு ஓடும் நதியில் குப்பைகள் ஜதி தாளம் போடும்
அதிபுனிதமாய்க் கருதா நாட்டில் நடுத் தெருவில் நன்னீராய் ஓடும்
விதியோடு கூடிய கப்பல் போக்கு வரத்தும் விரிவாக நடக்கும்

பசுவைத் தாயாய்ப் பார்க்கும் நாட்டில் பசு நடுச் சாலையில் திரியுது
வசுதேவ குடும்ப மேய்ச்சல் நிலம் யாவும் விலைபோய் பணம் காய்க்கிறது
சிசுவுக்கு உணவு தரும் பசுவை மேனாடு பண்ணையில் பராமரிக்கிறது
நசுங்கிடா பன்னாட்டு நிறுவனம் பசு மூலம் இங்கும் பணம் பறிக்கிறது

பெண்ணைக் கண்ணாய்ப் பார்க்கும் நாட்டில் பாதுகாப்பு இல்லை
பெண்ணும் ஆணும் சரிநிகர் எனும் மேனாட்டு நிலை இங்கில்லை
உண்ணும் உணவைச் சமைப்பதில் ஆணின் பங்கு அதிகமில்லை
விண்ணில் பறக்கும் விஞ்ஞானி ஆயினும் பெண் மதிக்கப் படுவதில்லை

மண்ணைத் தாயாய்ப் பார்க்கும் நாட்டில் மரம் பிள்ளை ஆவதில்லை
கண்ணில் காணா காற்றில் நஞ்சு குறைக்க வழி காணுவதில்லை
மண் இயற்கை உரம் தொலைத்து செயற்கை செறிவூட்டல் ஆவது
பெண்போல மண்ணிற்கும் மலட்டுத் தன்மையை அதிகம் ஆக்குது

தாயினும் மேலான நீரால் சுத்தம் செய்தோம் அனைத்தையும் அன்று
ஆயினும் அந்த நீரையே வடிகட்டி சுத்தமாக்கி குடிக்கிறோம் இன்று
சேயினும் மேலான கறவைக் கன்றும் குடிக்கிறது புட்டிப்பால் இன்று
நாயினம் காட்டும் நன்றி போல் இயற்கையிடம் நாம் காட்டவில்லை இன்று

மரம் வளர்ப்போம்

காற்றை யல்ல மின் காந்த அலைகளை சுவாசிக்கிறோம்
ஆற்று நீரையல்ல ஆலை கழிவுகளை குடிக்கிறோம்
சோற்றை யல்ல சுகாதாரம் தேடி மருந்து களை உண்கிறோம
மாற்று என்ன மாற்றமில்லை மரம்நடுதலை தவிர

மலையாய் குவிந்து ள்ளன மருத்துவ கழிவுகள்
அலைகடல் நுரையாய் பொங்குகிறது ஆலை கழிவுகள்
நிலையான இடம் பிடித்தது நீங்கா பிளாஸ்டிக் கழிவுகள்
தலைபோகும் இந்நிலை தடுக்க மரம் வளர்ப்போம்

காற்றை சுத்தப்படுத்த தேவை மரங்கள்
ஆற்றின் கரை பலப்பட தேவை மரங்கள்
சற்றே உயர்ந்த நிலம் சரியாதிருக்க தேவை மரங்கள்
பற்று கொள்வீர் ஆதலால் பச்சை மரங்கள் மீது

நடப்பட்டன கோடியில் மரங்கள் சம்பிரதாயத் துக்காக
நடப்படுதல் மட்டுமல்ல நம்பணி பேணி வளர்த்ததலுமே
பட்டுப் போயின நட்ட பல மரங்கள் நட்டதும் விட்டதால்
விட்டு விடாது விதைத்ததை விருட்சமாய் வளர்ப்போம்

முன்னோர் நமக்கு வழங்கி யது நலமான பூமி
சின்னதாய் சிதைத்தாலும் சிக்குவது நம் சந்ததியினர்
பின்னாளில் பிற்ப்போர் வசைபாடுவர் நம்செயலை
இந்நாளே சீரமைப்போம் இயற்கையை பாதுகாத்து

அழகோ அழகு

குளத்தில் விழும் மழைத்துளி அழகு
இளந்தளிர் போர்த்திய ஈரமரம் அழகு
குளத்தில் புதுவெள்ளத்தில் குதிக்கும் மீன் அழகு
இளம் குஞ்சுக்கு முளைத்த சிறகு அழகு

பழுத்த கிழவியின் நெற்றிச் சுருக்கம் அழகு
செழித்த வயலில் செங்கண் நாரைகள் அழகு
மழைத்துளியின் உடே மாயம் செய்யும் வானவில் அழகு
அழகுக் குழந்தையின் அகன்ற புன்னகை அழகு

பறக்கும் பருந்தின் விரிந்த சிறகு அழகு
நிறமில்லாது ஓடும் தெளிந்த நீர் அழகு
பயம் காட்ட படம் காட்டும் நல்ல பாம்பு அழகு
பயமின்றி பாய்ந்தோடும் இளங்கன்று அழகு

நெற்றியில் நின்றாடும் ஒற்றைக் குழல் அழகு
அற்புத இளம் பருவத்தில் தாவணியே தனி அழகு
சொல்லுக்கு இருபொருள் தரும் சிலேடை அழகு
புல்லின் நுனியில் நிற்கும் பனித்துளி அழகு

தென்னையில் தூக்கணாம் குருவியின் தொங்குகூடு அழகு
வெண்பஞ்சு மேகத்திடை விளையாடும் வெண்ணிலா அழகு
அலைகடல் பேரலை இசைக்கும் ஆனந்த ராகம் அழகு
நிலையில்லா வாழ்வில் நிறைந்த நிம்மதியே பேரழகு

www.ingramcontent.com/pod-product-compliance
Lightning Source LLC
LaVergne TN
LVHW090319210926
848480LV00001B/301
* 9 7 9 8 9 0 4 5 1 9 3 3 9 *